இப்படித்தான் ஜெயித்தேன்

வெற்றியின் இரகசியம்

(Secret of Success)

முனைவர் கு.சி. அய்யப்பன்

BOOKS
FOR
CHILDREN

Ippadithaan Jeyithen - Vettriyin Ragasiam

Prof. G.S. Ayyappan

First Edition: September, 2022

Published by

BOOKS FOR CHILDREN

im print of Bharathi Puthakalayam

7, Elango Salai, Teynampet, Chennai - 600 018

Email: bharathiputhakalayam@gmail.com | www.thamizhbooks.com

இப்படித்தான் ஜெயித்தேன் – வெற்றியின் இரகசியம்

முனைவர் கு.சி. அய்யப்பன்

முதல் பதிப்பு: செப்டம்பர், 2022

வெளியீடு

BOOKS FOR CHILDREN

புக்ஸ் ஃபார் சில்ரன்

பாரதி புத்தகாலயத்தின் ஓர் அங்கம்

7, இளங்கோ சாலை, தேனாம்பேட்டை, சென்னை-600 018

தொலைபேசி : 044- 24332424, 24330024 | விற்பனை: 24332924

விற்பனை நிலையம்

பாரதி புத்தகாலயம்

7, இளங்கோ சாலை, தேனாம்பேட்டை, சென்னை- 600 018

அருப்புக்கோட்டை: கதவுஎண் 49 A/4 மெயின் ரோடு, தெற்கு தெரு - 9994173551

ஈரோடு: 39: 39 ஸ்டேட் பாங்க் சாலை - 9245448353

கரூர்: நாரத கானசபா அருகில் (TNGEA OFFICE)- 9442706676

காரைக்குடி : 12, 2 வது தெரு, கம்பன் மணிமண்டபம் பின்புறம் - 9443406150

கும்பகோணம்: 352, ரயில் நிலையம் எதிரில் - 9443995061

குன்னூர்: N.K.N வணிக வளாகம் பெட்போர்ட்

கோவை: 77, மசக்காளிபாளையம் ரோடு, பீளமேடு - 8903707294

சிதம்பரம்: 22A / 18B தேரடி கடைத் தெரு, கீழவீதி அருகில் - 9994399347

செங்கல்பட்டு: 1 D ஜி.எஸ்.டி சாலை - 044 27426964 | சேலம்: 15, வித்யாலயா சாலை சாலை

சேலம்: பாலம் 35, அத்வைத ஆஸ்ரமம் சாலை 0427 2335952

தஞ்சாவூர்: காந்திஜி வணிக வளாகம் காந்திஜி சாலை - 9655542400

திண்டுக்கல்: பேருந்து நிலையம் - 9942331105, 9976053719

திருச்சி: வெண்மணி இல்லம், கரூர் புறவழிச்சாலை - 9994289492

திருநெல்வேலி: 25A, ராஜேந்திரநகர் - 9442149981 | திருப்பூர்: 447, அவினாசி சாலை - 9486105018

திருவண்ணாமலை: முத்தம்மாள் நகர் | திருவல்லிக்கேணி: 48, தேரடி தெரு - 9444428358

திருவாரூர்: 35, நேதாஜி சாலை - 9442540543 | நாகர்கோவில்: 699 கே.பி.ரோடு R.V.புரம் - 9443450111

நெய்வேலி: பேருந்து நிலையம் அருகில், - 9443659147 | பழனி: பேருந்து நிலையம் அருகில் - 7010760693

பாண்டிச்சேரி: கிழக்கு கடற்கரைச்சாலை, இலாசுப்பேட்டை, 9486102777

பெரம்பூர்: 52, கூக்ஸ் ரோடு - 9444373716 | மதுரை: 37A, பெரியார் பேருந்து நிலையம் - 045 22324674

மதுரை: சர்வோதயா மெயின்ரோடு

வடபழனி: பேருந்து நிலையம் எதிரில் அடையார் ஆனந்தபவன் மாடியில் - 9444476967

விருதுநகர்: 131, கச்சேரி சாலை - 0456 2245300 | வேலூர்: பேஸ் III, சத்துவாச்சாரி - 9442553893

நினைத்த நூல்கள்... நினைத்த நேரத்தில்...

BharathiTV | www.bookday.in

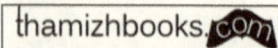

thamizhbooks.com

8778073949

அச்சு : பிரிண்டெக், சென்னை - 600 005.

நூல் முகவுரை

"அவர் கொடுத்த அந்த நேர்முக நிகழ்வை, ஒரு நாடகமாக அல்லது ஒரு குறும்படமாக கூட எடுக்கலாம். அந்த அளவிற்கு அதில் தன்னம்பிக்கைக்கான பாடங்கள் இருக்கின்றன"

முனைவர் சோம வள்ளியப்பன்
எழுத்தாளர், பேச்சாளர், பயிற்சியாளர் மற்றும் மேலாண்மை ஆலோசகர், சென்னை

"இப்படித்தான் ஜெயித்தேன் - வெற்றியின் இரகசியங்கள்" என்ற, விஞ்ஞானி, முனைவர் அய்யப்பன் அவர்களின் புத்தகம், இளைஞர்களுக்கும் மாணவர்களுக்கும் நல்ல மன ஊக்கம் தரும் புத்தகம்.

இந்தப் புத்தகம், அவருடைய இரண்டாவது புத்தகம் என்பது எனக்கு மகிழ்ச்சியான செய்தி.

முனைவர் அய்யப்பன் அவர்களை நான் ஒரு பொறியியல் கல்லூரி முதலாண்டு மாணவர்களுக்கான வகுப்புகள் தொடக்க விழாவில் தற்செயலாகத்தான் சந்தித்தேன். நாங்கள் இருவரும் அந்த நிகழ்ச்சியில் சிறப்பு விருந்தினர்கள். நீல நிறத்தில் கோட் சூட் போட்டுக்கொண்டு டை கட்டிக்கொண்டு ஒரு மாணவரைப் போல இருந்த முனைவர் அய்யப்பன் மேடையில் என்னோடு சாதாரணமாகத்தான் பேசிக்கொண்டிருந்தார்.

அவர் பேசுகிற நேரம் வந்தபோது மைக்கின் முன் நின்று, அவர் அவருடைய கோட் பாக்கெட்டில் இருந்து ஒரு புத்தகத்தை எடுத்து எதிரில் அமர்ந்திருந்த பார்வையாளர்களுக்கு அதை உயர்த்திக் காட்டி, அந்தப்

புத்தகம் அவருக்கு மிகவும் உதவிய ஒரு புத்தகம் என்று குறிப்பிட்டார். குறிப்பிட்ட அந்த புத்தகத்தின் பெயர், "உறுதி மட்டுமே வேண்டும்". நான் எழுதிய புத்தகம். எனக்கு வியப்பு. அதுவரை அதைப் பற்றிக் குறிப்பிடாமல் மைக்கில் அதை அவர் சொல்லிய விதம் சுவாரசியமாக இருந்தது.

அதன்பின் நான் அவரிடம் பேசிக் கொண்டிருந்தபோது அவருடைய இளமைக்காலம், பள்ளிப் பருவம், அப்போது நேர்ந்த சம்பவங்கள் போன்றவற்றைச் சொன்னார். அவற்றைக் கேட்டபோது, பலருக்கும் அவர் நிச்சயமாக ஒரு முன்மாதிரி என்று நினைத்தேன். அவருடைய அந்த வாழ்வியல் நிகழ்ச்சிகளை இளைய சமுதாயத்தினரோடு பகிர்ந்து கொள்ளவேண்டும் என்று விரும்பினேன்.

பிறகு, மாணவ மாணவியர்களுக்காக நான் "**நீங்கள் அசாதாரணமானவர்**" என்று புத்தகம் எழுதியபோது, முதல் அத்தியாயத்திலேயே முனைவர் அய்யப்பன் உருவாக்கிக்கொண்ட கனவு குறித்து "**மனதில் விழுந்த விதை**" என்ற தலைப்பில் எழுதினேன்.

இப்பொழுது முகவுரை எழுதுவதற்காக அவருடைய இரண்டாவது புத்தகத்தைப் படித்த போதுதான், அவர் எனக்குச் சொல்லியது அவரது வெற்றிக்கதைகளின் ஒரு சிறிய பகுதி மட்டுமே என்றும் அவர் வாழ்க்கையில் இன்னும் பல மிக சுவாரசியமான, பலருக்கும் ஊக்கம் தரக்கூடிய நிகழ்வுகள் பல நடந்திருக்கின்றன என்று தெரிய வருகிறது.

வெற்றியின் இரகசியங்கள் என்று விவரித்துக்கொண்டு வருகிற இந்தப் புத்தகத்தில் ஓர் இடத்தில் அவர் தன்னம்பிக்கை குறித்து பேசுகிறார். அவர் கொடுத்த அந்த நேர்முக நிகழ்வை, ஒரு நாடகமாக அல்லது ஒரு

குறும்படமாகக் கூட எடுக்கலாம். அந்த அளவிற்கு அதில் தன்னம்பிக்கைக்கான பாடங்கள் இருக்கின்றன.

இந்தப் புத்தகத்தை தொடர்ந்து படித்துக் கொண்டிருந்தபோது முனைவர் அய்யப்பன் அவர்கள் எழுதிய விதத்தில், நானே என்னை நேர்முகம் கொடுப்பவனாக உணர்ந்தேன். எனக்கு அந்த வேலை கிடைத்ததைப் போலவும், என்னைப் பலரும் பாராட்டியது போலவும் உணர்ந்தேன். அதுதான் எழுத்தின் வெற்றி. அதை அய்யப்பன் அவர்கள் அவரது இரண்டாவது புத்தகத்திலேயே சாதித்திருக்கிறார்.

வடமாநிலத்தில் வேலை செய்ய வேண்டிய உங்களுக்கு ஹிந்தி தெரியுமா என்று நேர்முகம் செய்தவர்கள் கேட்க, 19 வயது இளைஞன் அய்யப்பன் சற்றும் தயங்காமல், "நான் மூன்று மாதத்தில் கற்றுக் கொண்டுவிடுவேன்" என்று சொன்னதை எப்படிப் பாராட்ட!

அவர் நேர் முகத்துக்காக, அந்த வேலையைப் பெறுவதற்காக அப்படி பதில் சொல்லவில்லை. அவருடைய குணாதிசயமே அதுதான். அவருடைய வெற்றியின் இரகசியமும் அதுதான்.

இந்த நேர்முகம் குறித்த விவரிப்பு, பள்ளி கல்லூரி மாணவர்களுக்கு நிச்சயமாக தன்னம்பிக்கை கொடுக்கும் என்பது மட்டுமல்ல. எப்படி எதிர்கொள்ளவேண்டும் என்பது குறித்து தெளிவும் கொடுக்கிறது. இதை எழுதியதற்காக நான் விஞ்ஞானி அய்யப்பன் அவர்களை மனமாரப் பாராட்டுகிறேன்.

படிப்பதற்கு எளிமையாக இருக்கும் விதம் அவரால் எழுத முடிகிறது. அவரிடம் இருக்கும் கணிதம் புத்தகம் அமைப்பிலே வருகிறது. அவர் இந்தப் புத்தகத்தை செய்திருக்கும் பகுப்புக்கள், "ஐந்து பி, நான்கு சி,

மூன்று ஐ, இரண்டு கை, ஒரு மை" என்று இருக்கிறது.

இயல்பிலேயே அவருக்கு நகைச்சுவையும் வருகிறது. "பட்டி என்றாலே கிராமம். என்னுடைய ஊரோ, பட்டிவீரன்பட்டி. அதில் இரண்டு பட்டி வருகிறது என்றால் எவ்வளவு சிறிய கிராமம் என்று புரிந்து கொள்ளுங்கள்" என்கிறார். நாலு சி என்று தலைப்பிட்டுவிட்டு, எடுத்தவுடன் நாலு சி என்றால் நான்கு கோடியல்ல என்று விளக்கம் கொடுக்கையில் சிரிப்பை அடக்க இயலவில்லை. அதே போல, அறிவுரை சொல்கையில். விவேகானந்தா, கமலானந்தா, மற்றும் அய்யப்பானந்தா என்கிறார்.

விவேகானந்தரின் ஒரு சொல்லாடலுக்கு மிக அழகாக, **"ஒன்றைப் பிடி. அதையும் நன்றாய் பிடி"** என்று சிறப்பாக மொழிபெயர்த்துத் தருகிறார்.

புத்தகம் முழுக்க அவருடைய சுய அனுபவங்களும் குட்டிக் கதைகளும் விரவிக் கிடக்கின்றன. படிக்க சுவாரஸ்யம் கூட்டுகின்றன. முக்கியமாக அவருடைய பால்ய காலத்து நண்பர்கள், சுந்தர் மற்றும் கோபிநாத் குறித்த கதைகள்.

மொத்தத்தில் படிக்க சுவாரசியமான மிகவும் பலனுள்ள ஒரு புத்தகத்தை தாய்மொழி தமிழில் எவருக்கும் புரியும் விதமாக எழுதியிருக்கும் விஞ்ஞானி முனைவர் அய்யப்பன் அவர்களை மனமார பாராட்டுகிறேன். இதுபோல அவர் மேலும் பல புத்தகங்கள் எழுத வேண்டும் என கேட்டுக்கொள்கிறேன்.

சோம வள்ளியப்பன்

அணிந்துரை

"பள்ளிக் கல்லூரி தோறும் விதைக்க வேண்டிய பொக்கிஷம்"

முனைவர் ஆயிஷா நடராஜன்
பாலசாகித்ய அகாதமி விருது பெற்ற
எழுத்தாளர், பேச்சாளர்,
அறிவியல் ஆய்வாலர், பள்ளி முதல்வர்
கடலூர்

மக்கள் விஞ்ஞானியின் மகத்தான இரண்டாவது முயற்சி. இந்தப் புத்தகத்தை வாசித்து முடிப்பது ஒரு பயிற்சி வகுப்பில் அறிவியல் பூர்வமாக உங்களை ஈடுபடுத்திக் கொண்டதற்கு சமம். அறிவியலோடு அறவியலையும் அவ்வை பிராட்டியின் வழிநின்று நமக்குத் தொகுத்து கொடுத்திருக்கிறார் பத்மஜோதி முனைவர் கு.சி. அய்யப்பன். தமிழ் மண்ணின் இந்திய தேசத்தின் மகத்தான சொத்து அவர். குட்டிக்கலாம் என்று குழந்தைகளால் அழைக்கப்படுவர். வரலாற்று சிறப்பு மிக்க இந்த **"இப்படித்தான் ஜெயித்தேன்"** புத்தகமும் பெருவெற்றிபெற்று இலக்குகளை அடைய மனதார வாழ்த்துகிறேன்.

இந்த நூலின் முதல் அத்தியாயம் தாய்மொழி தமிழின் சிறப்புகளோடு தொடங்குகிறது. முத்தான மூன்றும், ஐந்தின் சிறப்பும் இதுவரை யாருமே சொல்லாத பாணியில் அமைகிறது. குறிப்பாக **"ஒவ்வொரு மனிதனும் தனக்குத் தானே பேசும்மொழி என்று ஒன்று இருக்கிறது. அந்த மொழிதான் அவனை சிந்திக்க வைக்கிறது. எந்த மொழியில் ஒருவன் சிந்திக்கிறானோ அதுவே அவனது தாய்மொழி"** என்று தாய்மொழிக்கு புதிய இலக்கணம் தருகிறார் மக்கள் விஞ்ஞானி.

மேடையில் அவர் முழங்கி நாம் செவிமடுத்து இன்புற்ற "முத்தான மூன்று" கவித்தொடர் இந்த நூலில் வாசிக்கக் கிடைக்கிறது. அத்தோடு ஐந்தின் சிறப்பும் நம்மை பஞ்சமூல அறிஞராக மிளிரவைத்து வெற்றியின் ரகசியமும் ஐந்து என்று - பஞ்சதந்திரம் பேசுகிறது.

கனவுகாணுங்கள் என்பது இரண்டாம் அத்தியாயம் "ஒன்றைப்பிடி நன்றாய் பிடி" என நம் குழந்தைகளுக்கு கட்டளை இடுகிறது. "விமோசா" எனும் மந்திர சொல்லை அறிமுகம் செய்கிறது. கனவு குறிக்கோள் நோக்கம், உத்திகள் செயல்திட்டம் என விரிவடைகிறது.

ஐந்தும் இருந்தால் வெல்லலாம் எனும் மூன்றாம் அத்தியாத்தை நாம் நமது தமிழ்நாட்டு பள்ளிகளின் பாடப்புத்தகத்தில் கண்டிப்பாக சேர்க்கவேண்டும். "கல்விச்செல்வம் தான் அழியா செல்வம்" என்பதை தனது சொந்த வாழ்க்கைப் பாடத்தின் வழியே நமக்குக் காட்டி தான் ஆறு புதிய கண்டுபிடிப்புகளின் நாயகன் ஆவதற்கு உதவிய...

ஐந்து P இருந்தால் வெல்லலாம்
நான்கு C இருந்தால் வெல்லலாம்
மூன்று I இருந்தால் வெல்லாம்
இரண்டு 'கை' இருந்தால் வெல்லலாம்
ஒரு 'மை' இருந்தால் வெல்லலாம்

என்கிற இந்த ஐந்தும் இருந்தால் வெற்றி நிச்சயம் என தனது வாழ்க்கையையே முனைவர் கு.சி. அய்யப்பன் உதாரணமாக்கி விவரித்துச் செல்வது சிலிர்ப்பை ஏற்படுத்தும் அற்புத அனுபவம் ஆகும்.

எது நல்ல நட்பு, எது கூடா நட்பு, வாழ்க்கையில் திட்டமிடுதல் (Plan) என்பதன் அறிவியல் படிநிலைகள் என்ன? நம்மை நாமே தயார்படுத்திக் கொள்ளுதல் (Preparation) என்பது எப்படி சாத்தியம்? திட்டமிட்டதை செயலாற்றி (Performing) முடிப்பது எப்படி? எதற்கு

முன்னுரிமை தருவது? (Priority) என்று ஒரு வாழ்க்கை பாடத்தை இந்த நூல் மாணவர்களுக்கு கற்பிக்கிறது.

அதேபோல தெளிவு, படைப்பாற்றல், அர்ப்பணிப்பு, சிறந்தவற்றை தக்கவைத்துக்கொள்ளும் நிலைத்தன்மையை பெறுவது எப்படி என்பதை பல முன்னுதாரணங்களோடு விவரிக்கும் அத்தியாயம் ஐந்து தனித்து நிற்கிறது. அதிலும் படிப்பாற்றல் வேறு, படைப்பாற்றல் வேறு என்பதை விளக்கும் இடம் **"சபாஷ்"** என்று பாராட்ட வைக்கிறது.

ஆர்வம் (Interest), ஈடுபாடு (Involvement), மற்றும் செயல்பாடு (Implement) என்று மூன்று I விளக்கும் ஆறாம் அத்தியாம் ஒரு பிரமாண்டம். **"உலகின் தலைசிறந்த சொல் செயல்"** - எத்தனை பெரிய உண்மை, செயல்பாடு என்பது குறித்த பத்மஜோதி மக்கள் விஞ்ஞானியின் கவிதை பொன் எழுத்துக்களால் பொறிக்க வேண்டிய வரலாற்று வாசகம்.

செயல்பாடு

மன மொப்பாமல் செய்த செயல் மறந்து விட்டது...
மதிமழுங்கி செய்த செயல் மறைந்து விட்டது...
நினைவில் நின்ற செயல் நிதர்சனம் பெற்றது...
நிஜமாக நின்ற செயல் நிலைப் பெற்றது...
மனமும் மதியும் நிஜமும் நினைவும்...
ஒரு சேர காணும் செயலே வெற்றிச்செயல்!

ஒவ்வொரு ஆசிரியரும் உணரவேண்டிய வாசகம். ஒவ்வொரு மாணவரும் அறியவேண்டிய மந்திரம். இந்த அத்தியாயத்தில் இடம்பெற்றுள்ள சாக்ரடீஸ் உரையாடல் தனித்து பேசப்படவேண்டிய ஒன்று.

நம்பிக்கை, தன்னம்பிக்கை இரண்டுக்குமான வித்தியாசத்தை பேசும் ஏழாம் அத்தியாயமும், ஒற்றுமையின் சிறப்பை உணர்த்தும் எட்டாம் பகுதியும், அப்துல்கலாம் எனும் வெற்றி வீரரை அறிமுகம் செய்யும்

தடைகளை தகர்த்தால் ஜெயிக்கலாம் எனும் ஒன்பதாம் அத்தியாயமும் தமிழ்கூறு நல் உலகிற்கு பல புதிய செய்திகளை தாங்கி நிற்பதை வாசித்து சிலிர்த்தேன்.

ஆபிரஹாம் லிங்கன், ஆர்.ஜி. சந்திரமோகன் (அருண் ஐஸ்கிரீம்), மருத்துவர் வி. சாந்தா (புற்றுநோய் மருத்துவமனை) என விரியும் அந்தப்பகுதி அறிவியல் அறிஞர் ஸ்டீபன் ஹாக்கிங் வரை செல்கிறது.

மக்கள் விஞ்ஞானி, குட்டி கலாம், பத்மஜோதி முனைவர். கு.சி. அய்யப்பன் நான் அறிந்த அறிஞர்களில் தனித்து நிற்பவர் தன்னம்பிக்கை நாயகர். குட்டி கிராமத்தில் (பட்டி வீரன்பட்டி) காப்பி எஸ்டேட் தொழிலாளிக்கு மகனாக பிறந்து, வறுமையில் வளர்ந்து, இன்று தேசிய, சர்வ தேசிய விருதுகள் பலவென்ற ஆறு அற்புத கண்டுபிடிப்புகளின் உரிமங்கள் முழுமையாக அடைந்த வெற்றி நாயகன் ஆவார். தமிழகம், தென் இந்தியா முழுதும் பயணித்து தனது ஓய்வுகாலம் முழுதும் இளைய சமுதாயமான மாணவர்களை சந்தித்து - விஞ்ஞானிகளாக, அறிஞர்களாக சமூகத்தை உருவாக்கிட ஆசான் கலாமின் வழியில் பயணிப்பவர். தனது CSIR வேலை பளுவுக்கு மத்தியில் எப்படித்தான் புத்தகங்களை வாசிக்கிறாரோ என என்னை வியக்கவைப்பவர், அர்ப்பணிப்பு மிக்க ஆசிரியர்களை தேடித்தேடி அவர் அடையாளப்படுத்தும் பாங்கையும் கண்டு சிலிர்ப்பவன் நான். அவரது கரம்பிடித்து மாணவர்கள் வெற்றியாளர்களாக மிளிரும் பாதை இந்தப் புத்தகம். பள்ளிக்கல்லூரிதோறும் விதையாக நாம் இந்த நூலை விதைத்து, நம் தமிழ் சமூகத்தை உயர்த்தவேண்டும். அவருக்கு என் நெஞ்சார்ந்த வாழ்த்துக்கள்.

பத்மஜோதி ஆயிஷா. இரா. நடராசன்
சாகித்ய அகாடமி விருதாளர்

வாழ்த்துரை

"எழு ஞாயிராய் உள்ள நீங்கள் முழு ஞாயிராய் ஞாலம் போற்றப் பெறுவது உறுதி"

திருமதி கு. லெக்குமி அம்மாள்
ஓய்வு பெற்ற தலைமை ஆசிரியர் அரசு பள்ளி,
சென்னை

"எண்ணித் துணிக கருமம் துணிந்தபின் எண்ணுவம் என்பது இழுக்கு" என்ற வள்ளுவனின் வாக்கிற்கு இணங்க சி.எஸ்.ஐ.ஆர் மூத்த முதன்மை விஞ்ஞானி, முனைவர் கு.சி. அய்யப்பன் அவர்களால் **"இப்படித்தான் ஜெயித்தேன் - வெற்றியின் இரகசியம்"** என்ற இந்நூல் உருவாக்கபட்டுள்ளது.

அறிவியல் அறிஞர்கள் அறிவுறுத்திய கருத்துக்களை அசை போடும் மனிதன், அழிவிலிருந்து தன்னை விடுவித்துக் கொள்ளும் வித்தையை அறிய இந்நூல் உதவும்.

உருவாக்கப்பட்டுள்ள பத்து அத்தியாயங்களிலும் தாய்மொழியாம் தமிழ் மொழிக்கு முக்கியத்துவம் கொடுக்கப்பட்டுள்ளது. மற்ற மொழிகளையும் கற்க வேண்டும் என்பதை வெற்றிக்கான இரகசியமாக கூறியுள்ளார். கவிதை மூலம் விளக்கம் கொடுத்து உள்ளார். மிக எளிமையான மொழியில் தேவைப்படும் இடங்களில் உவமானங்கள், வாசகனை எந்த இடத்தில் நகைக்க விட வேண்டும், சிந்திக்க செய்யவேண்டும் என்ற எழுத்து நுட்பத்தை கையாளுகிறார் இந்த நூலின் ஆசிரியர். ஆசிரியரின் இளம்வயது அனுபவங்கள் வாயிலாக சமூகத்தை சீர் செய்ய முனைந்துள்ளார்.

"மாற்றம் ஒன்று தான் மாறாதது" என்பதற்கிணங்க வித்தியாசமாக இருந்தால் தான் மற்றவர்களிடம் இருந்து

வரவேற்பைப் பெற முடியும் என்ற அணுகுமுறை இந்நூலுக்கு ஓர் அழகை சேர்க்கிறது.

எல்லாமே சிறப்பு என்றாலும் எடுத்துக்காட்டாய் ஒன்று. "முயற்சி" என்ற தலைப்பில் எவ்வாறு ஒருவர் முயல வேண்டும் என்பதை இந்நூல் சுட்டிக்காட்டுகிறது. அனைவரும் படித்து பாதுகாக்கப்பட வேண்டிய புத்தகம் இது.

எளியோர்க்கு எளிமையாகவும், மாணவர்களுக்கு ஏற்றார்ப்போலவும், சமூகம் புரிந்து கொள்ளும் வகையிலும் உள்ள இக்கருத்துக்களை பள்ளிகளுக்கு கொண்டு சேர்க்கும் பயணத்தில் இந்நூலின் ஆசிரியர் வெற்றி பெற வாழ்த்துக்கள்.

மூத்த முதன்மை விஞ்ஞானி என்று மட்டும் தன்னை சுருக்கிக் கொள்ளாமல் கவிதை, பேச்சு, நூலாசிரியர், சமூகத்தொண்டு, பாடகர், நடிகர் என தன் ஆளுமையை பன்முக தளத்திற்கு கொண்டு சென்று புன்சிரிப்பில், கம்பீரக்குரலில் பழகி அனைவரையும் தன் பக்கம் ஈர்க்கும், ஈர்ப்பு சக்தி நிறைந்த முனைவர் குசி அய்யப்பனின் எழுத்தும், தொண்டும் தொடர வாழ்த்துக்கள்.

இந்நூல் அனைவரின் கைகளிலும், மனங்களிலும் சென்றடைய சிறப்பாய் வாழ்த்துகிறேன்.

எழு ஞாயிராய் உள்ள நீங்கள் முழு ஞாயிராய் ஞாலம் போற்றப் பெறுவது உறுதி.

வள்ளுவ நெறியை வாசலெங்கும் கொண்டு சேர்க்கும் முனைவர் குசி அய்யப்பனுக்கும், அதை வாழ்வியலில் ஏற்றி வளங்கள் பலகாணும் வாசகர்களுக்கும் நெஞ்சம் நிறைந்த நல்வாழ்த்துக்கள்.

அன்புடன் உன்னை பெறாமல் பெற்ற தாய்.

கு. லெக்குமி அம்மாள்

"மக்களுக்காக மக்கள் விஞ்ஞானி..."

கவிதாயினி ரா. மஞ்சு
அரசுப்பள்ளி மாணவி
மகுடஞ்சாவடி, சேலம் மாவட்டம்

அன்பில் தாயவர் - மனதில் தூயவர்...
குணத்தில் குழந்தையவர் - உழைப்பில் உயர்ந்தவர்...

சீறும் ஆயுதமாய் கூரிய அறிவுடையவர்...
சிதறும் பனியாய் தூய பரிவுடையவர்...

வறுமையை வீழ்த்தி
வரலாறு படைத்தவர்...
வல்லமை கொண்டு
வெற்றி பெற்றவர்...

மாணவன் மனத்துயர் போக்கும் தெய்வம்...
ஏழைகள் கவலை போக்கும் காவலன்...

அழகிய மனத்துடன் அற்புத குணத்துடன்
அன்பான அரவணைப்புடன்
தூய எண்ணங்களுடன் வாழ்பவர்...!!

உயர்விலும் எளிமையாய் உதவுகையிலும் அமைதியாய்
தூய உள்ளத்தின் மொத்த உருவமாய் வாழ்பவர்...!!

ஆதரவான வார்த்தைகளால் பலர் அன்பை ஆட்கொண்டு
அரசனாய் வலம்வரும் அரசன்...!!

அரிய கண்டுபிடிப்புகளின் கதாநாயகன்...
இன்றைய விஞ்ஞானத்தின் விருட்சம்...

மனம்கவர் ஆசான்களின் ஆணிவேர்...
மதிப்புமிகு மாணவர்களின் விடிவெள்ளி...

வளர்ந்துவரும் இளம் விஞ்ஞானிகளின்
வித்தும் இவரே விதையும் இவரே...

அப்துல் கலாமின் மறுவடிவம்...
அய்யப்பன் என்பது அதன் உருவம்...

கனவுகாண உதவிய கலாமின் அடுத்த பிறவி
என் கனவுக்கு உதவுகிறார்...

மந்தையில் ஒரு ஆடாய்...
சந்தையில் ஒரு ஓரமாய்...
கூட்டில் ஒரு தேனீயாய்...
வீட்டில் ஒரு மூலையாய்...
இருந்த என்னை சிற்பமாய் வடிக்க
வழிசெய்யும் வான்மகன் நீங்கள் ஐயா...
மக்களுக்காக வாழும் – எங்கள் மக்கள் விஞ்ஞானி...

அன்புடன் உங்கள் நிழலில்
கவிதாயினி ரா. மஞ்சு
மகுடஞ்சாவடி, சேலம் மாவட்டம்

முன்னுரை

வாசிப்பே மனிதனின் சுவாசிப்பு என்று, நல்ல நூல்களை மட்டுமே தேர்ந்தெடுத்து, பலன்தரும் புத்தகங்கள் பலவற்றைப் படித்து, அறிவையும், புத்திக்கூர்மையையும் பெருக்கிக்கொள்ளும் அன்பார்ந்த வாசகர்களே, மாணவர்களே, நண்பர்களே! முதற்கண் என் மனமார்ந்த வணக்கங்கள்.

அறிவு சார்ந்த அறிவியல் புத்தகங்களாக இருந்தாலும், அறிவைப் புகட்டும் புத்தகங்களாக இருந்தாலும், தாய்மொழி தமிழிலே அது எழுதப்பட வேண்டும் என்ற முனைப்புடன் இருக்கும் எழுச்சிமிகு தமிழ் எழுத்தாளர்கள் மத்தியில், நானும் தாய்மொழி தமிழிலே எழுத ஆசைப்படுகிறேன். எனது முதல் படைப்பான **"பஞ்ச தந்திரம் - விஞ்ஞானியாக வேண்டுமா?"** என்ற தலைப்பில், தாய்மொழி தமிழில் வெளிவந்த அந்தப் புத்தகத்தை வெற்றிகரமாக வாங்கிப் படித்திருப்பீர்கள் என்று எண்ணுகிறேன். மனமார்ந்த என் நன்றியியையும் காணிக்கையாக்குகிறேன்.

உலகிற்கே ஒப்புயர்வு பெற்ற இனியதொரு கலச்சாரத்தை வாரி வழங்கிய பெருமை தமிழகத்தையே சேரும். அந்த தமிழகச் சீமையிலே, திண்டுக்கல் (அன்றைய மதுரை) ஜில்லாவிலே, மருதாநதி பாயும் ஒரு சிங்காரச் சிற்றூர்தான் எங்கள் கிராமம். பட்டி என்றாலே கிராமம் என்று பொருள். எங்கள் ஊரின் பெயரிலேயே இரண்டு 'பட்டி' வரும். அதாவது **"பட்டிவீரன்பட்டி"**.

பெயருக்கேற்றார் போல் இல்லாமல், காப்பி எஸ்டேட் உரிமையாளர்களின் பெரிய பெரிய பங்களாக்களும், ஆங்காங்கே சிறிதும், பெரிதுமாக சில

வீடுகளும் கொண்டது தான் எங்கள் ஊர். ஊரைச்சுற்றி தென்னை மரங்கள். ஒழுக்க சிந்தனைக்கென்றே பெயர் பெற்ற நாடார் சுந்தர விசாலாட்சி வித்யாசாலா என்ற பெயரில் ஐந்து பள்ளிக்கூடங்கள். ஒரு நேரச் சோத்துக்கே வழியில்லாத ஒரு ஏழைக்குடும்பத்தில், ஐந்து சகோதர, சகோதரிகளுடன் பிறந்தவன் தான் நான். மூன்று பெண் பிள்ளைகள், இரண்டு ஆண் பிள்ளைகள். இரண்டாவதாக பிறந்தவன் நான். இரண்டே செட் கால்சட்டை மற்றும் மேல்சட்டை. ஆங்காங்கே கிழிந்து தொங்கும், மஞ்சள் நிறத்தில் ஒரு புத்தகப் பை. இதுதான் அந்தக் காலத்தில் என்னுடைய ப்ராபர்ட்டி. சொத்து. காலில் அணிவதற்கு ஒரு காலணி கூட கிடையாது.

ஆறாம் வகுப்பு படித்த காலத்தில் இருந்தே, விடுமுறை நாட்கள் என்றால் ஏதாவது ஒரு கடையில் போய் வேலைக்குச் சேர்ந்துவிடுவேன். கிடைக்கும் வருமானத்தை வைத்து என் படிப்புக்குத் தேவையானதை பூர்த்தி செய்து கொள்வேன். கஷ்டப்பட்டுக்கிட்டே இருந்தாலும், நான் என்னவோ, நல்லா இஷ்டப்பட்டுத் தான் படித்தேன். நான் பத்தாம் வகுப்பு வரை படித்துவிட்டு, அப்படியே தொழில்கல்வி படிப்பை, அதாவது மூன்று வருட டிப்ளமோ படிப்பைத் தொடர்ந்தேன். காரணம், பத்தாம் வகுப்பு முடித்த கையோடு மூன்றே வருடத்தில் ஒரு நிரந்தரமான வேலை கிடைத்துவிடும் என்ற ஒரு அசுர நம்பிக்கை தான். மூன்றாண்டு பயிலகப் படிப்பு. ஹாஸ்டல் வாழ்க்கை. அதுதான் என் வாழ்க்கையிலேயே ஒரு திருப்புமுனையாக அமைந்தது என்றால் அது மிகையாகாது. என் நிலை என்னவென்று எனக்கே புரிய ஆரம்பித்த நாட்கள். எனக்குள்ளே இருக்கும் திறமைகள் எனக்கே என்னவென்று தெளிவு பட்டது. மனம் துடித்தது. வெறி கிளம்பியது. சாதிக்கணும் எனும் வெறி. நாம பெரிய சாதனையாளனா வந்து சாதிக்கணும். பலபேருக்கு உதவணும். இந்த

சமுதாயத்தில ஒரு முன்மாதிரியா மாறணும். வாழணும். வாழ்ந்து காட்டணும். இப்படி ஏகப்பட்ட வெறி. ஆசை. அதுவே கனவா மாறிச்சு. கனவுகளும் உண்மையாச்சு.

ஆமாம்! அன்று சாதாரண அய்யப்பனா இருந்த நான், இன்று விஞ்ஞானி அய்யப்பன். அதுவும் ஒரு மத்திய ஆராய்ச்சி நிறுவனத்தில் தலைமை விஞ்ஞானி. சாதனை விஞ்ஞானி. உலகளாவிய அளவில் ஆறு பிரத்தியேக கண்டுபிடிப்புகளுக்கான காப்புரிமை (Patent Rights). பதினான்கு (14) தேசிய அளவிலான விருதுகள். சர்.சி.வி. இராமன் விருது, பாரத ரத்னா அப்துல் கலாம் விருது, இந்திராகாந்தி நல்லிணக்க விருது, சர்வபள்ளி இராதாகிருஷ்ணன் விருது, பத்ம ஜோதி விருது, வாழ்நாள் சாதனையாளர் விருது என பலப்பல விருதுகள்.

அன்று, வெறும் டிப்ளமோ மட்டுமே படித்த அய்யப்பன், இன்று முனைவர் அய்யப்பன். படிப்பிலும் சரி. ஆராய்ச்சியிலும் சரி, தங்கப் பதக்கங்களும் விருதுகளும் குவிந்தன. படிப்பில் ஆறு தங்கப்பதக்கங்களும், தரமான விருதுகளும். மக்கள் மத்தியில் என்னுடைய கண்டுபிடிப்புகளுக்கு கிடைத்த அங்கீகாரம் "மக்கள் விஞ்ஞானி" என்றும் "குட்டிகலாம்" என்றும். எப்படி கிடைத்தன இந்த வெற்றிகள்? இதற்குப் பின்னணியில் எத்தனை போராட்டங்கள், அவலங்கள், தடைகள். ஆமாம். ஏதோ இருக்கிறது ஒரு மர்மம் (Secret). அது என்னவாயிருக்கும் என்று என்னை நானே கேட்க ஆரம்பித்தேன். தேட ஆரம்பித்தேன். அதை ஒரு ஆராய்ச்சி போலவே தொடர்ந்தேன். அதன் விளைவுதான் இந்தப் புத்தகம். ஆம். "இப்படித்தான் ஜெயித்தேன் - வெற்றியின் இரகசியம் (Secret of Success)".

அன்பார்ந்த மாணவர்களே! குழந்தைகளே! என் வெற்றியின் இரகசியமாக நான் கண்டறிந்தது

என்னவென்றால், "**ஐந்தும் இருந்தால் வெல்லலாம்**". அதாவது ஐந்து "*P*" இருந்தால் வெல்லாம். நான்கு "*C*" இருந்தால் வெல்லலாம். மூன்று "*I*" இருந்தால் வெல்லலாம். இரண்டு "**கை**" இருந்தால் வெல்லலாம். ஒரு "**மை**" இருந்தால் வெல்லலாம். மறுபடியும் நான் குறிப்பிட்ட ஐந்தையும் ஒரு கவிதை போல, நல்லா ரைமிங்கா படிச்சுப் பாருங்க. ஏதோ ஒரு உணர்வு உங்களைத் தீண்டுவது போல இருக்கும். இந்தப் புத்தகத்தை வாசிக்கும் பெரியவர்களுக்கு ஒரு ப்ளாஸ்பேக் போல, உங்கள் வாழ்க்கையில் நடந்த நிகழ்வுகளும் பழைய நினைவுகளாக உங்களை நெருடும். இதெல்லாம் உங்கள் வாழ்க்கையிலும் நிகழ்ந்தது போலவே இருக்கும்.

இந்தப் புத்தகம், உங்கள் படிக்கும் ஆர்வத்தை உந்துவதற்கு ஏற்றாற்போல், பத்து அத்தியாயங்களாக பிரிக்கப்பட்டிருக்கிறது. முதல் அத்தியாயத்தில் தமிழின் சிறப்பு பற்றியும், எண்களின் சிறப்பு பற்றியும் விவரித்திருக்கிறேன். இரண்டாவது அத்தியாயத்தில் "**கனவு காணுங்கள்**" என்ற தலைப்பில் என் எண்ணங்களைப் பதித்து இருக்கிறேன். மூன்றாம் அத்தியாயத்தில், "**ஐந்தும் இருந்தால் வெல்லலாம்**" எனத்தொடங்கி, நான்காம் அத்தியாயத்தில் "**ஐந்து '*P*' இருந்தால் வெல்லாம்**" எனவும், ஐந்தாம் அத்தியாயத்தில் "**நான்கு '*C*' இருந்தால் வெல்லலாம்**" எனவும், ஆறாம் அத்தியாயத்தில் "**மூன்று '*I*' இருந்தால் வெல்லலாம்**" எனவும், ஏழாம் அத்தியாயத்தில் "**இரண்டு 'கை' இருந்தால் வெல்லலாம்**" எனவும், எட்டாம் அத்தியாயத்தில் "**ஒரு 'மை' இருந்தால் வெல்லலாம்**" எனவும் என் உள்ளத்தின் பிரதிபலிப்புகளைப் பதிவிட்டிருக்கிறேன். ஒன்பதாம் அத்தியாயத்தில் "**தடைகளைத் தகர்த்தால் ஜெயிக்கலாம்**" எனப் பட்டியலிட்டு, பத்தாம் அத்தியாயத்தில் முடிவுரையாக "**வெற்றியின் இரகசியம்**" என்ற தலைப்பிலும் என் எண்ணச் சிதறல்களைத் தெளித்திருக்கிறேன். ஒவ்வொரு

தலைப்பிலும் அனைவருக்கும் பிடித்தவாறு பொருத்தமான கதைகளையும் வழங்கி உள்ளேன். என் வாழ்வில் நடந்த சில உண்மைச் சம்பவங்களையும், நிகழ்வுகளையும் ஆங்காங்கே பதிவு செய்து இருக்கிறேன்.

"நன்றி மறப்பது நன்றல்ல", **"எந்நன்றி கொன்றார்க்கும் உய்வுண்டாம் - உய்வில்லை செய்நன்றி கொன்ற மகற்கு"** என்ற வள்ளுவனின் வாக்குக்கேற்ப இந்தப் புத்தகம் சிறப்பாக வெளிவர, உறுதுணையாகவும், பக்கத்துணையாகவும் இருந்த நல்லபல உள்ளங்களுக்கு நன்றி பாராட்டும் விதமாக கீழ்வரும் பத்திகளைப் பதிக்கிறேன்.

முதற்கண் என்னையும், என் தாய்த்தமிழையும் படைத்து, தாய்த்தமிழிலே, **"இப்படித்தான் ஜெயித்தேன் - வெற்றியின் இரகசியம்"** என்னும் தலைப்பில், இந்த நூலை எழுதும் பாக்கியத்தை, இப்பொழுதுதான் எழுத்துலகில் நீந்தக் கற்றுக் கொண்டிருக்கும் அடியேனுக்கு உருவாக்கித்தந்த எல்லாம் வல்ல இறைவனுக்கு நன்றி. நமையெல்லாம் வாழவைத்துக் கொண்டிருக்கும் உலகின் செம்மொழியாம் தாய்மொழியாம் சங்கத்தமிழையும், மறத்தமிழனையும் வணங்குகிறேன். **"பெற்ற தாயினை மகன் மறந்தாலும், தாய்மொழியை மறவாதே"** என்பார்கள். நான் என் தாயையும் மறவேன்! என் தாய்மொழியையும் மறவேன்!

தன் உயிரில் எனைத்தறித்து, பத்துமாதம் கர்ப்பப்பையில் எனைத்தாங்கி, பாரமெனப் பாராது, பெற்றெடுத்து, அய்யப்பன் என்ற திருநாமம்தனைத் தந்து, தன் உதிரத்தைத் தாய்ப்பாலாக்கி, என்பால் அன்பால், எனை ஈன்றெடுத்த என் தாய் திருமதி சி. தமிழ்ச்செல்வி அவர்களுக்கும், அன்பால், பண்பால், அறிவால் அரவணைத்து, மாரிலும் தோளிலும் எனைத்தாங்கி, பண்டிதனாய், பலர் போற்றும் உத்தமனாய் எனை வளர்த்து ஆளாக்கிய என் தந்தை

திருமிகு கு. சிவன்பாக்கியம் அவர்களுக்கும், ஆயகலைகள் அனைத்தையும் கசடறக் கற்பித்து, வெற்றியின் சிம்மாசனத்தில் எனை என்றும் ஏற்றிவிடும் ஏணிப்படிகளாய் இருந்த, இன்றும் இருக்கும் எனதருமை குருமார்களுக்கும் முதற்கண் என் நன்றி கலந்த வணக்கங்களை அவர்களது பாதார விந்தங்களில் சமர்ப்பிக்கின்றேன்.

முப்பாலைக்கொண்ட, உலகப்பொதுமறையாம், திருக்குறளைத் தந்த வான்புகழ் அய்யன் வள்ளுவனையும், காவியம் படைத்த கம்பனையும், தேசியக்கவி பாடி, தூங்குகின்ற பாமர மக்களை தட்டி எழுப்பிய மகாகவி பாரதியையும், பாரதிதாசனையும், இன்றைய காலக்கட்டத்தில் வாழ்ந்து கொண்டிருக்கும் அறிஞர் பெருமக்களையும், எழுத்துலகப் பிரம்மாக்களையும், சிந்தனைச் சிற்பிகளையும், ஆன்றோர்களையும், சான்றோர்களையும் பணிந்து வணங்குகின்றேன்.

கண்ணியமான மாணவர்களுக்கும் குழந்தைகளுக்கும், அறிவுசார்ந்த புத்தகங்களை, தமிழில் இப்படித்தான் எழுத வேண்டும் என்று சொல்லாமல் உணர்த்திய சிந்தனைச் சிற்பிகள், எழுத்துலக பிரம்மாக்கள், எனது மனம்கவர் எழுத்துலக ஆசான்கள், சாகித்ய அகாடெமி விருதுபெற்ற, பத்மஜோதி திருமிகு "ஆயிஷா" இரா. நடராசன் அவர்களுக்கும், என் வாழ்வில் ஏற்றம் பெற உதவிய "உறுதி மட்டுமே வேண்டும்" புத்தக ஆசிரியர், எழுத்துலகின் விடிவெள்ளி முனைவர் சோம வள்ளியப்பன் அவர்களுக்கும் என் கோடானு கோடி வணக்கங்களை அவர்களது பாதாரவிந்தங்களில் சமர்ப்பிக்கின்றேன்.

"இப்படித்தான் ஜெயித்தேன் – வெற்றியின் இரகசியம்" என்ற இந்தப் புத்தகத்திற்காக முகவுரை எழுதிய முனைவர் சோம வள்ளியப்பன் அவர்களுக்கும், அணிந்துரை எழுதி இந்த நூலுக்கு மகுடம் சூட்டிய திருமிகு ஆயிஷா இரா. நடராசன் அய்யா அவர்களுக்கும்,

வாழ்த்துரை எழுதி வாழ்த்திய அம்மா **திருமதி லெக்குமி லெக்குமணன்**, மற்றும் வாழ்த்துக்களை வழங்கிய அனைத்து நல்ல உள்ளங்களுக்கும் என் மனமார்ந்த நன்றிகள்.

இந்தப் புத்தகத்திற்காக, ஆங்காங்கே தலைப்பிற்கேற்றவாறு சிறப்பான முறையில் கவிதைக் குவியல்களை எழுதி உதவிய **கவிதாயினி குமாரி மஞ்சு** (அரசுப்பள்ளி மாணவி, மகுடஞ்சாவடி) அவர்களுக்கு மனமார்ந்த பாராட்டுக்கள் மற்றும் நன்றிகள்.

"கற்க கசடற" என்பது வள்ளுவன் வாக்கு. "பதிக்க பிழையற" என்பது அடியேனின் வாக்கு. அந்த வகையில், இந்தப் புத்தகத்தைப் பிழையறப்பதிப்பதற்கு உறுதுணையாக இருந்த நன்மங்கலம் அரசுப்பள்ளி **ஆசிரியை முனைவர் மணிமேகலை** அவர்களுக்கும், பாரதி புத்தகாலயத்தின் உரிமையாளர் **திருமிகு நாகராஜன்**, பதிப்பாசிரியர், புத்தக வடிவமைப்பாளர் யாவர்க்கும், மற்றும் இந்தப் புத்தகத்தை சிறந்த முறையில், அச்சிட்டு, வெளியிட உதவிய அனைத்து நல்ல உள்ளங்களுக்கும் என் மனமார்ந்த நன்றிகள்.

என்றுமே எனக்கு பக்கபலமாக இருந்து, என்னையும், என் உடல் நலத்தையும் பேணி பாதுகாத்து, எனக்குள் இருக்கும் நிலை ஆற்றலை இயக்க ஆற்றலாக மாற்றிக்கொண்டு இருக்கும் என் மனைவி **திருமதி அ. சங்கீதா** அவர்களுக்கும், என் மகள் **அ. வைஷ்ணவி** அவர்களுக்கும், என் உடன் பிறப்புக்கள், உறவினர்களுக்கும் மற்றும் நண்பர்களுக்கும் என் மனமார்ந்த நன்றியினை காணிக்கையாக்குகிறேன்.

அன்பார்ந்த வாசகர்களே, மாணவர்களே, நண்பர்களே, "**இப்படித்தான் ஜெயித்தேன் - வெற்றியின் இரகசியம்** (Secret of Success)" புத்தகத்தை வாசிக்க நீங்க ரெடியா?

என்றும் அன்புடன், உங்கள் பிரியமுள்ள

கு.சி. அய்யப்பன்

உள்ளே...

நூல் முகவுரை	3
அணிந்துரை	7
வாழ்த்துரை	11
வாழ்த்துக் கவிதை	13
முன்னுரை	15
அத்தியாயம் 1 தாய்மொழியின் சிறப்பு	23
அத்தியாயம் 2 கனவு காணுங்கள்	32
அத்தியாயம் 3 ஐந்தும் இருந்தால் வெல்லலாம்	39
அத்தியாயம் 4 ஐந்து "P" இருந்தால் வெல்லலாம்	43
அத்தியாயம் 5 நான்கு "C" இருந்தால் வெல்லலாம்	84
அத்தியாயம் 6 மூன்று "I" இருந்தால் வெல்லலாம்	109
அத்தியாயம் 7 இரண்டு "கை" இருந்தால் வெல்லலாம்	124
அத்தியாயம் 8 ஒரு "மை" இருந்தால் வெல்லலாம்	144
அத்தியாயம் 9 தடைகளைத் தகர்த்தால் ஜெயிக்கலாம்	148
அத்தியாயம் 10 இதுவே வெற்றியின் இரகசியம்	168

அத்தியாயம் 1
தாய்மொழியின் சிறப்பு

தாய்மொழியின் சிறப்பு

"சிந்தனை எனும் சிற்பத்தைச் செதுக்க தாய்மொழி எனும் உளியால் மட்டுமே முடியும். தாய்மொழி வெறும் தாய் சொல்லித்தந்த மொழி மட்டும் அல்ல. தாய் பேசும் மொழி மட்டுமல்ல. தாய்மை உணர்வோடு பயன்படுத்தப்பட வேண்டிய மொழி" என பாடம் நடத்தியவர் நம் முண்டாசுக் கவிஞர் எட்டையபுர பாரதி.

தாய்மொழி மீது ஒவ்வொருவருக்கும் தீவிர பற்று இருக்க வேண்டும். ஆனால் அதுவே வெறியாக இருக்கக்கூடாது. மத வெறி, சாதி வெறி, மொழி வெறி, என வெறியர்களாகத் திரிவதை விட, எம்மதமும் சம்மதம், ஆயிரம் உண்டிங்கு சாதி எனில் அந்நியர் புகழ் என்ன நீதி என்று சொல்லி, தாய்மொழியை, நம்

அமிழ்தினும் இனிய தமிழ் மொழியை வளர்ப்போம்.

உலகில் பல மொழிகள் இருந்தாலும், ஒவ்வொருவருக்கும் அவரின் தாய்மொழி என்பது உயிரில் பின்னிப்பிணைந்த ஒன்றாகும். மற்றைய மொழிகளைக் காட்டிலும் தாய்மொழி மீதான பற்று அனைவருக்கும் சற்று அதிகமாகவே இருக்கும். உலகம் முழுக்க 7,100 மொழிகள் பேசப்பட்டாலும், ஒரு புரிதலுக்காக மொழியை மூன்று வகையாகப் பிரிக்கலாம். அது, பேச்சு மொழி, வணிக மொழி, சிந்தனை மொழி. நம் கருத்துக்களை பரிமாறுவதற்கும், புரிதலுக்கும் பேசும் மொழிதான் பேச்சுமொழி. பெரும்பாலும் "ஆங்கிலத்தை" வணிக மொழி என்று கூறுவதுண்டு. அதற்காக ஆங்கிலம் தெரிந்தவன் எல்லாம் அறிவாளியும் இல்லை. தாய்மொழியில் பேசுபவன் முட்டாளும் இல்லை. தமிழைத் தாய்மொழியாகக் கொண்டவன், பிற மொழிகளைக் கற்பதும், பழகுவதும் ஒன்றும் தவறில்லை. ஒருவன் தன் தாய்மண்ணைவிட்டு, வட இந்தியா செல்லும் போது அவனுக்கு இந்தி மொழி தேவைப்படுகிறது. அதைப்போல் ஒவ்வொரு மாநிலங்களுக்குச் செல்லும் போது அந்தந்த மாநிலத்தில் பேசும் மொழி தெரிந்திருந்தால் அது எளிதாக இருக்கும். அதே சமயம் பயனுள்ளதாகவும் இருக்கும்.

ஒவ்வொரு மனிதனும் தனக்குள்ளே பேசும் மொழி என்று ஒன்று இருக்கிறது. அந்த மொழியில் தான் அவனைச் சிந்திக்கவும் வைக்கிறது. எந்த மொழியில் ஒருவன் சிந்திக்கிறானோ அதுவே அவனது தாய்மொழியாகும். ஒருவருக்கு, தாய்மொழி தமிழாக இருந்தால், நீங்கள் எந்த மொழியில் பேசினாலும், உங்களுக்குள்ளே ஒரு மொழிப்பெயர்ப்பு நடைபெற்று அதை அவரவர் தாய்மொழியிலே மாற்றும்.

ஒவ்வொருவரும் படிப்பது பலமொழியாக இருந்தாலும், சிந்திப்பது தாய்மொழியில்தான். தாய்மொழியில் படித்தவர்கள் தான் சாதனையாளர்களாக மாறுகிறார்கள். உதாரணத்திற்குச் சொன்னோமேயானால், ஏவுகணை நாயகன், மக்கள் ஜனாதிபதி, ஏ.பி.ஜே. அப்துல் கலாம், நோபல் பரிசினை வென்ற சர்.சி.வி.இராமன், ஏன் என்னையும் சேர்த்துத்தான்.

ஒவ்வொருவர் தாய்மொழிக்கும் ஒரு தனித்திறமை இருக்கிறது. இனிமை இருக்கிறது. வரலாறு இருக்கிறது. இதில் முதலில் பிறந்தது எது? முன்னோடியான மொழி எது? சிறந்த மொழி எது? என்ற தேவையற்ற ஆராய்ச்சியை விடுத்து, குதர்க்கங்களைத் தவிர்த்து தாய்மொழியை போற்றுவோம். தாய்மொழி மீதான பற்று ஒவ்வொருவருக்கும் கட்டாயத்தேவை மட்டுமல்ல; அதை அடுத்த தலைமுறைக்கும் கொண்டு செல்லும் தலையாய பொறுப்பு நமக்கு இருக்கிறது. அமிழ்தினும் இனிய நம் தாய்மொழியாம் தமிழைப் போற்றி வணங்கும் ஒரு பாடல். முண்டாசுக் கவிஞன் மகாகவி பாரதியின் பாடல்வரிகளைக் களவாடி, சற்று மாற்றத்துடன், ஆனால் தடுமாற்றம் இன்றிப் பாடுகின்றேன்.

வாழ்க தாய்மொழி! வாழ்க தாய்மொழி!
வாழ்க தாய்மொழியே!
வாழ்க நிரந்தரம்! வாழ்க தாய்மொழி!
வாழிய வாழியவே!
வான மளந்த தனைத்தும் அளந்திடும்
வண்மொழி வாழியவே!
ஏழ்கடல் வைப்பினுந் தன்மணம் வீசி
இசைகொண்டு வாழியவே!
எங்கள் தாய்மொழி! எங்கள் தாய்மொழி!
என்றென்றும் வாழியவே!

சூழ்கலி நீங்கத் தாய்மொழி ஓங்கத்
துலங்குக வையகமே!
வாழ்க தாய்மொழி! வாழ்க தாய்மொழி!
வாழ்க தாய்மொழியே!
வானம் அறிந்த தனைத்தும் அறிந்து
வளர்மொழி வாழியவே!
வாழ்க தாய்மொழி! வாழ்க தாய்மொழி!
வாழ்க தாய்மொழியே!
வாழ்க நிரந்தரம்! வாழ்க தாய்மொழி!
வாழிய வாழியவே!
வாழ்க தாய்மொழி! வாழ்க தாய்மொழி!
வாழ்க தாய்மொழியே!
எங்கள் தமிழ்மொழி! எங்கள் தமிழ்மொழி!
என்றென்றும் வாழியவே!
–மகாகவி சுப்பிரமண்ய பாரதி

அதனால்தான் எந்த ஆராய்ச்சிக் கட்டுரையாக இருந்தாலும், அறிவு சார்ந்த அறிவியல் புத்தகங்களாக இருந்தாலும், அறிவைப் புகட்டும் புத்தகங்களாக இருந்தாலும், தாய்மொழி தமிழிலே அது எழுதப்பட வேண்டும் என்ற முனைப்புடன் இருக்கும் தமிழ் எழுத்தாளர்கள் மத்தியில், நானும் தாய்மொழி தமிழிலே எழுத ஆசைப்படுகிறேன். எனது முதல் படைப்பான "பஞ்ச தந்திரம் - விஞ்ஞானியாக வேண்டுமா? என்ற தலைப்பில் தாய்மொழி தமிழில் வெளிவந்த புத்தகத்தை வெற்றிகரமாக வாங்கிப் படித்திருப்பீர்கள் என்று எண்ணுகிறேன்.

தித்திக்கும் தேன் மொழியாம் தமிழ் மொழியில் எண்களுக்கு என்றே ஒரு தனிச்சிறப்பு உண்டு. உதாரணத்திற்கு எண் பதினெட்டு. வேத இதிகாசங்கள்

பதினெட்டு. சித்தர்கள் பதினெட்டு. மகாபாரதப் போர் நடந்த நாட்களின் எண்ணிக்கை பதினெட்டு. காக்கும் துர்க்கையின் கரங்கள் பதினெட்டு. சபரிமலை அய்யப்பனின் தத்துவப்படிகளும் பதினெட்டு. அந்த வகையில் மூன்று, ஐந்து, ஒன்பது, இருபத்தேழு, நாற்பத்து ஒன்று ஒவ்வொன்றுக்கும் தனிச்சிறப்பு உண்டு. தமிழில் எண் சிறப்பு பற்றி குமாரி மஞ்சு அவர்கள் எழுதிய ஒரு குறுங்கவிதை இதோ.

எண் சிறப்பு:

என் தமிழில் எண் சிறப்புமுண்டு...
முத்தமிழில் மூன்றின் சிறப்புமுண்டு...
பைந்தமிழில் ஐந்தின் சிறப்புமுண்டு...
தூய தமிழில் ஈய பலவுண்டு...
அதிலிரண்டு இங்குண்டு...

அமிழ்தினும் இனிய தமிழ் மொழியில், எண் மூன்றின் சிறப்புகளைப் பற்றி சற்று பார்ப்போம்.

முத்தான மூன்று

- கனிகளில் சிறந்தது முக்கனிகள் - **மா, பலா, வாழை**
- முக்கனியாய் இனிக்கும் தமிழின் அங்கங்கள் மூன்று - **இயல், இசை, நாடகம்**
- முத்தமிழ் வளர்த்த சங்கங்கள் மூன்று - **முதற்சங்கம், இடைச்சங்கம், கடைச்சங்கம்**
- முப்பாலைக் கொண்டது உலகப் பொதுமறையாம் திருக்குறள் - **அறத்துப்பால், பொருட்பால், காமத்துப்பால்**
- அறிவைப் புகட்டும் அற்புத அறிவியலுக்கு கண் மூன்று - **இயற்பியல், வேதியியல், உயிரியல்**
- மனிதனுக்கு மதம் பிடிக்காமல், அவனை நெறிப்படுத்தும் பெரும் மதங்கள் மூன்று - **இந்து, கிறிஸ்துவர், முஸ்லிம்**

- மும்மதத்தையும் இணைக்கும் கொடியின் வர்ணங்கள் மூன்று - இளம் சிகப்பு, வெள்ளை, பச்சை
- ஆதிசக்தியின் அம்சங்கள் மூன்று - படைத்தல், காத்தல், அழித்தல்
- உலகினை இயக்கும் சக்திகள் மூன்று - பிரம்மா, விஷ்ணு, சிவன்
- மும்மூர்த்திகளின் தேவிகள் மூன்று - கலைமகள், அலைமகள், மலைமகள்
- பேரறிஞர் அண்ணாவின் முழக்கங்கள் மூன்று - கடமை, கண்ணியம், கட்டுப்பாடு
- அன்னை மூன்றெழுத்து - தந்தை மூன்றெழுத்து.
- அக்கா மூன்றெழுத்து. தங்கை மூன்றெழுத்து.
- அண்ணா மூன்றெழுத்து. தம்பி மூன்றெழுத்து.
- மனைவி மூன்றெழுத்து. பிள்ளை மூன்றெழுத்து.
- அத்தை மூன்றெழுத்து. மாமன் மூன்றெழுத்து.
- தாத்தா மூன்றெழுத்து. பாட்டி மூன்றெழுத்து.
- இப்படி தமிழில் உறவுமுறை அனைத்தும் மூன்றெழுத்து.
- நம்மை எல்லாம் மனிதராக ஒன்றுசேர்க்கும் அன்பு, பண்பு, அறிவு, பாசம், நேசம், மனம், குணம், கணம், உயிர் என யாவையுமே மூன்றெழுத்து.
- நம்மைச் சுட்டெரிக்கும் கெட்ட குணங்களான காமம், லோபம், மோகம், கோபம், தாபம், பொறாமை என யாவையுமே மூன்றெழுத்து.

ஒரு போட்டியை துவங்கக் கூட ஒன்று, இரண்டு, மூன்று என்றுதான் சொல்வார்கள். போட்டியின் வெற்றியாளர்கள் தேர்வுகள் கூட முதல் மூவர்கள் தான். இப்படி தீந்தமிழில் மூன்றின் சிறப்பைச் சொல்லிக்கொண்டே போகலாம். கறையில்லாத,

கரையில்லாத மற்றும் எல்லையில்லா ஒரு மொழி; அது நம் தமிழ் மொழி என்றால் அது மிகையாகாது. ஆனால் இன்றோ தமிழைத் தாய்மொழியாக் கொண்டவர்கள் கூட ஆங்கிலம் பேசுவதையே வெற்றுப் பெருமையாக நினைப்பவர்களைக் கண்டால் வேடிக்கையாகத்தான் இருக்கிறது. அதைபோல எண் ஐந்திற்கும் தமிழில் ஒரு தனிச்சிறப்பு உண்டு. அதையும் பார்க்கலாமே.

ஐந்தின் சிறப்பு

- **ஐம்பெருங்காப்பியம்:** தமிழ் இலக்கியத்தின் காப்பியங்கள் ஐந்து - சிலப்பதிகாரம், சீவக சிந்தாமணி, மணிமேகலை, வளையாபதி, குண்டலகேசி என ஐம்பெரும் காப்பியங்கள்
- **ஐந்திணை:** ஐவகை நிலம் - குறிஞ்சி, முல்லை, மருதம், நெய்தல், பாலை
- **ஐந்தொழில்:** தொழில்கள் ஐந்து- சிருஷ்டி, ஸ்திதி (காத்தல்), சங்காரம் (அழித்தல்), திரோபவம், அனுக்கிரகம்
- **ஐங்கரன்:** கரிமுகனின் கரங்கள் ஐந்து
- **ஐம்புலங்கள்:** நம் உடலில் அடங்கிய புலங்கள் ஐந்து - கண், காது, மூக்கு, வாய், மெய்
- **ஐங்காயம்:** வியாதிகளை விரட்டும் மருத்துவ காயங்கள் ஐந்து - மிளகு, வெந்தயம், ஓமம், வெள்ளுள்ளி (வெள்ளைப்பூண்டு), பெருங்காயம்
- **ஐந்தறைப்பெட்டி:** வீட்டில் மருத்துவ குணம் கொண்ட சமையல் பொருட்கள் ஐந்தை (கடுகு, உளுந்து, மிளகு, சீரகம், மஞ்சள்) வைக்கும் பெட்டி
- **பஞ்சபூதங்கள்:** பூதங்கள் ஐந்து - நிலம், நீர், நெருப்பு, காற்று, வானம்
- **பஞ்சாமிர்தம்:** அமிர்தம் என இனிக்கும் ஐந்துவித பழக்கலவை - மலைவாழை, பேரீச்சை, கல்கண்டு, தேன், நாட்டுச் சர்க்கரை

- ***பஞ்சாங்கம்:*** கணிக்கப்படும் பஞ்சாங்கத்தின் உறுப்புக்கள் ஐந்து - நாள், திதி, யோகம், கரணம், நட்சத்திரம்
- ***பஞ்சதாரு:*** இந்திர லோகத்து மரங்கள் ஐந்து - அரிச்சந்தனம், கற்பகம், சந்தனம், பாரிஜாதம், மந்தாரம்
- ***பஞ்சாட்சரம்:*** அட்சரங்கள் ஐந்து - நமச்சிவாய எனப்படும் பஞ்சாட்சர மந்திரம்
- ***பஞ்சகச்சம்:*** ஆடவர்கள் வேட்டியை ஐந்து இடங்களில் செருகி உடுத்தும் முறை
- ***பஞ்சலிங்கம்:*** சிவனாரை உருவகப்படுத்தும் லிங்கங்கள் ஐந்து - பிருதிவி லிங்கம், அப்புலிங்கம், தேயுலிங்கம், வாயு லிங்கம், ஆகாச லிங்கம்
- ***பஞ்சலோகம்:*** சிலைகள் வடிக்கும் உலோகங்கள் ஐந்து - பொன், இரும்பு, செம்பு, ஈயம், வெள்ளி
- ***பஞ்சரத்தினம்:*** ஜொலிக்கும் இரத்தினங்கள் ஐந்து - செம்மணி, முத்து அல்லது வைடூரியம், வைரம், பச்சை, நீலம்
- ***பஞ்சபாண்டவர்:*** மஹாபாரத காவிய நாயகர்கள் ஐவர் - தருமன், பீமன், அர்சுனன், நகுலன், சகாதேவன்
- ***பஞ்சவர்ணம்:*** கண்கவரும் கிளியின் வர்ணம் ஐந்து - வெள்ளை, கறுப்பு, சிவப்பு, மஞ்சள், பச்சை
- ***பஞ்சமூலம்:*** இந்து கடவுளர் ஐவர் - கணேசர், முருகர், சிவன், உமை, சண்டீஸ்வரன்
- ***சிறுபஞ்சமூலம்:*** ஔடதம் அருளும் வேர்கள் ஐந்து - கண்டங்கத்தரி வேர், சிறுவழுதுணை

வேர், சிறுமல்லி வேர், பெருமல்லி வேர், நெருஞ்சி வேர்

- **பெரும்பஞ்சமூலம்:** வில்வ வேர், பெருங்குமிழ் வேர், தழுதாழை வேர், பாதிரி வேர், வாகை வேர்
- **பஞ்சபாத்திரம்:** பூஜையில் உபயோகப்படும் பாத்திரம் - அர்க்கியம் (கைகள்), பாத்தியம் (பாதங்கள்), ஆசமனீயம் (ஆசமனம்), ஸ்நானீயம் (திருமேனி), சர்வார்த்த தோயம் (மற்றவை அனைத்துக்கும்)
- **பஞ்சகலை:** நிவிர்தி, பிரதிஷ்டை, வித்தை, சாந்தி, சாந்தியாதீதம்

வெற்றியின் இரகசியமும் ஐந்து

இப்படியாக ஒவ்வொரு எண்ணுக்கும் தனிச்சிறப்பு இருக்கவே, என்னுடைய முதல் புத்தகத்தில் விஞ்ஞானியாவதற்கான தந்திரங்கள் ஐந்தை "*பஞ்சதந்திரம் - விஞ்ஞானியாக வேண்டுமா?*" என்று எழுதி இருந்தேன். இந்தப் புத்தகத்திலும் ஐந்தின் சிறப்பு கருதி, வெற்றியின் இரகசியங்களை ஐந்து தலைப்பில் கட்டமைத்து எழுதத் தீர்மானித்துள்ளேன். உங்களுக்கும் சம்மதம் தானே?

ஐ * ஐ

அத்தியாயம் 2

கனவு காணுங்கள்

கனவு காணக் கற்றுக்கொள்ளுங்கள்!

அய்யா அப்துல்கலாம் அவர்கள் எப்போதும் தனது உரையை தொடங்கும் போது, மாணவர்களைப் பார்த்து, "My dear Dignified Students - **எனதருமை கண்ணியமான மாணவர்களே**" என்றுதான் அழைப்பாராம். அந்தளவிற்கு மாணவர்கள் மேல் ஒரு அலாதியான நம்பிக்கையும், எதிர்ப்பார்ப்பும் கொண்டவர். எனதருமை அன்பான மாணவச் செல்வங்களே, படிக்கும்போதே நீங்கள் என்னவாக வேண்டும் என்பதைப் பற்றிய கனவு காணுங்கள். கனவு இல்லாத மனிதன் சடத்திற்கு, அதாவது செத்த உடம்புக்குச் சமம் என்பார்கள். படிக்கும் காலத்தில் வெறும் பாடங்களை மற்றும் கற்றுக்கொள்ளாமல், கனவு காணவும் கற்றுக்கொள்ளுங்கள். கலாம் அய்யா சொன்னது போல் "கனவு காணுங்கள். கனவு காணுங்கள். கனவு காணுங்கள். உங்கள் கனவு மெய்ப்படும்வரை கனவு காணுங்கள். Dream. Dream. Dream. Till your Dream comes to Reality". இன்றும், என்றும் சாதித்து வெற்றியின் இமயம் தொட்டவர்கள் எல்லாம் அன்று அவர்கள் கண்ட கனவினால் தான் என்பதை மறந்துவிடாதீர்கள். கனவு கண்டால் மட்டும் போதுமா? அந்த கனவையே தீவிரமாக, வெற்றிகரமாக அடையும் வரை முயற்சி செய்ய வேண்டும். போராட வேண்டும். "ஒரு கனவு கண்டால் - அதை தினம்

முயன்றால் ஒரு நாளில் நிஜமாகும்" என்ற பா.விஜய்ன் எழுதிய ஆட்டோகிராப் படப்பாடல் மிக அழுத்தமாகச் சொல்லும் கருத்தும் அதுதான்.

கனவு - அதுவே இலட்சியகனவு!

சில பள்ளிகளுக்குச் சென்று மாணவர்களிடையே உரையாடும் பொழுது, சில மாணவர்கள் சொல்லுவதுண்டு. "எப்பப்பாத்தாலும் படி, படி என்கிறார்கள். காலையில் ஒரு டியூசன், மாலையில ஒரு டியூசன், இரவு பத்து மணிவரை டியூசன், அப்புறம் வீட்டுப்பாடங்களைச் செய்யணும். ஒர்க் சீட்டை முடிக்கணும். இதுல ஆக்டிவிட்டி வேற பண்ணனும். தூங்கவே நேரம் இல்ல. அப்படியே படுத்தாலும் தூக்கம் வரமாட்டேங்குது. இதுல எப்படி அய்யா கனவு காண்கிறது?"என்றும் மாணவர்கள் கேட்பதுண்டு.

அவர்களுக்காக கலாம் அய்யா சொல்லி வைத்த பொன்மொழிதான் "தூக்கத்தில் வருவது அல்ல கனவு - உங்களைத் தூங்கவிடாமல் செய்வது தான் கனவு. அது தான் இலட்சியக்கனவு - *The Dream is not what you see in Sleep. Dream which doest not let you Sleep*". எனவே தான் சொல்கிறேன் எனதருமை மாணவர்களே, குழந்தைகளே. நீங்கள் காண்பது வெறும் கனவாக இருக்கக்கூடாது. அது உங்களின் இலட்சியக்கனவாக

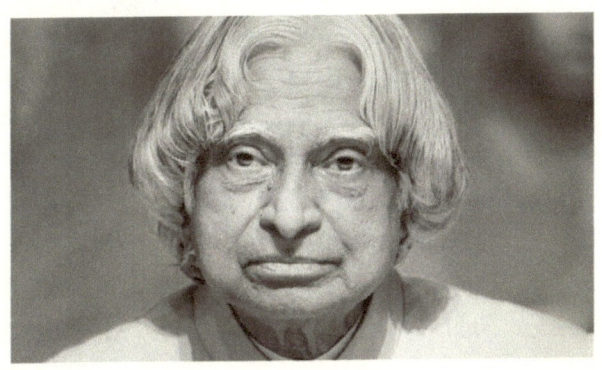

இருக்க வேண்டும். அந்த இலட்சியக் கனவை அடைவதற்கு, உங்களுக்கென்று ஒரு ரோல்மாடலை அதாவது முன்மாதிரியாக, ஒரு ஹீரோவாக, ஒருவரை தேர்ந்தெடுத்துக் கொள்ளுங்கள். அவர் வழியை பின் தொடர்ந்து வெற்றியையும் காணுங்கள். எதையும் கஷ்டப்படாமல், இஷ்டப்பட்டு செய்தீர்களானால் வெற்றி நிச்சயம் உங்களுக்குத் தான்.

கனவு காணக் கற்றுக்கொள்ளுங்கள்:

கற்றுக்கொள் குறுகிய கனவை நீட்ட!
கற்றுக்கொள் மறுகிய கனவை மீட்ட!
கற்றுக்கொள் மிளிரும் கனவைத் தீட்ட!
கற்றுக்கொள் ஒளிரும் கனவைக் காட்ட!
கற்றுக்கொள் உயர்ந்த கனவை எட்ட...
மாளாத மகிழ்ச்சி கனவல்ல – மறவாத மதியே கனவு!
தீராத செல்வம் கனவல்ல – தோயாத தீயே கனவு!
விடிந்ததும் முடிவது கனவல்ல –
விழுந்தாலும் தொடர்வது கனவு!
கலாமின்படி, தூங்கும் போது வருவது கனவல்ல...
தூங்கவிடாமல் செய்வதே கனவு!!!

எழுமின்! விழுமின்!

வங்கம் கண்ட எழுச்சி நாயகன். வரலாறு போற்றும் ஒரு விடிவெள்ளி. "Ladies and Gentlemen - சீமான்களே - சீமாட்டிகளே" என்று வரவேற்று பேசும் அந்தக் காலத்தில் அமெரிக்காவில் உள்ள வாஷிங்டன் நகரத்தில், கம்பீரமாக ஒரு இந்தியனின் குரல். அனைவரையும் சுண்டி இழுத்த ஒரு வாசகம். "Dear Brothers and Sisters - அன்பான சகோதர சகோதரிகளே". ஆம். சுவாமி விவேகானந்தர் தான். அவர்கள் கூறிய பொன்மொழிதான் "எழுமின். விழுமின், குறிசாரும்வரை நில்லாது செல்மின் - Arise. Awake. And Stop Not till the Goal is reached".

இந்தப் பொன்மொழியை உற்று நோக்கினால், கலாம் அய்யா அவர்கள் சொன்ன கருத்து மாதிரியே இருக்கும். காரணம், கலாம் அய்யா அவர்களும் கிட்டத்தட்ட விவேகானந்தரின் சீடர் போலத் தான்.

ஒன்றைப் பிடி! நன்றாய் பிடி!

சிறுவயதில் இருந்தே எனக்கு படிப்பு, நடிப்பு, பாட்டு, விளையாட்டு, ஓவியம், என பல துறைகளிலும் ஈடுபாடு உண்டு. எல்லாத் துறையிலும் நானே ஜெயிக்க வேண்டும் என்ற வெறியும் இருந்தது. அப்போதுதான் என் ஆசிரியர் ஒருவர், சுவாமி விவேகானந்தர் அவர்கள் கூறிய அந்த பொன்மொழியைக் கூறி, அதன் கருத்தையும் விளக்கினார். எல்லாத் துறையையும் தெரிந்து கொள்ளலாம். ஆனால் எல்லாத் துறையிலும் ஒரே நேரத்தில் சாதிக்கவேண்டும் என்பது என்றுமே வெற்றியினைத் தராது. அது தோல்வியைத்தான் தரும். எனவே "Take up One Idea. Make that one IDEA as your life. Think of it, dream on it, live on that idea. Let your brain, muscle, nerves, every part of your body, be full of that idea, and just leave every other idea alone. This is the way to Success".

ஆங்கிலத்தில் அவர் கூறிய நீண்ட பொன்மொழிக்கு தமிழ் விளக்கம் "ஒன்றைப்பிடி - அதையும் நன்றாய் பிடி" என்பது தான்.

அன்று தான் நான் உணர்ந்து கொண்டேன். நான் விஞ்ஞானியாகி இந்த உலகில் சாதிக்க வேண்டும் என்ற என் கனவும் நிறைவேறியது. மற்ற எல்லா துறைகளிலும் என் காலடியைப் பதிக்கிறேன். ஆனால் எல்லாத் துறையிலும் முதன்மை பெற வேண்டும் என்பதில்லை என்பதையும் உணர்ந்தேன். அதனால்தான் சொல்கிறேன் எனதருமை மாணவக் கண்மணிகளே, "ஒன்றைப் பிடியுங்கள் - அதை நன்றாய் பிடியுங்கள். உங்களுக்கு என்ன வருமென்று உங்களுக்குத்தான் தெரியும். அதைத் தேர்ந்தெடுத்து சாதிக்கும் வரை முயற்சி செய்யுங்கள். வெற்றி உங்கள் காலடியில்".

வெற்றியின் சூட்சமம் "விமோசா"

சுவாமி விவேகானந்தா, சுவாமி கலாமானந்தா, வரிசையில் சுவாமி அய்யப்பானந்தா! யார் அந்த அய்யப்பானந்தா என்று நீங்கள் யோசிப்பதும், மைண்ட் வாய்சில் கேட்பதும் எனக்கு நன்றாகவே கேட்கிறது. ஆம். நான்தான் அந்த அய்யப்பானந்தா. என் பங்குக்கு, நானும் ஏதாவது பொன்மொழிகள் சொல்லலாம் என்று நினைத்தேன். சொல்லிவிடுகிறேன். நல்லா இருந்தா எடுத்துக்கோங்க. இல்லாங்காட்டி மன்னிச்சு விட்டுடுங்கோ புள்ளிங்களா.

"சமோசா இருந்தா பார்ட்டி நல்லா இருக்கும். விமோசா இருந்தால் வாழ்க்கை நல்லா இருக்கும்" - எப்புடி எங்க பொன்மொழி. "ஏன் சார், இப்படி பசிக்கிற நேரத்துல சமோசாவெல்லாம் சொல்லி ஞாபகப்படுத்துறீங்க"ன்னு நீங்க கேட்குறது எனக்குப் புரியுது. என்ன பண்ணுறது?. "அது என்ன விமோசா!" ஆச்சரியமா நீங்க கேக்குறதால நானே சொல்றேன்.

விமோசா என்றால் *"V.M.O.S.A"*, அதாவது *"Vision, Mission, Objectives, Strategies and Action Plan"* என்பதன் இரத்தின சுருக்கம் தான் *VMOSA*.

ஒவ்வொரு தனிமனிதனுக்கும் ஒரு கனவு என்று ஒன்று இருக்க வேண்டும். அதைதான் ஆங்கிலத்தில் *"Dream"* அல்லது *"Vision"* என்று சொல்வார்கள். அந்த கனவை அடைவதற்கு ஏற்ற குறிக்கோள்களை வகுக்க வேண்டும். ஆங்கிலத்தில் *"Mission"* என்று சொல்வார்கள். அடுத்தபடியாக, உங்கள் குறிக்கோள்களை அடையும் வழிவகைகளை உருவாக்க வேண்டும். அதாவது நோக்கங்களைக் கண்டறிய வேண்டும். ஆங்கிலத்தில் *"Objectives"* என்றும் சொல்வார்கள். ஒரு ஊருக்குச் செல்ல பல வழித்தடங்கள் இருப்பது போல, உங்கள் நோக்கங்களை வெற்றியடையச் செய்ய நிறைய உத்திகளைக் கையாள வேண்டும். அதைத்தான் *"Strategies"* என்பார்கள். அடுத்த முக்கியமான விஷயம், திட்டமிட்டபடி அதைச் செயல்படுத்த வேண்டும். அதைத்தான் ஆங்கிலத்தில் *"Action Plan"* என்பார்கள். இவ்வாறாக, ஒவ்வொருவரும் ஒரு கனவு கொண்டு, அந்தக் கனவை அடைய குறிக்கோள்களை கட்டமைத்து, அதற்கான

நோக்கங்களை வகைப்படுத்தி, உத்திகள் பல தீட்டி, திட்டங்களை வகுத்து செயல்படுத்தும் போது வெற்றி உங்கள் கக்கத்தில் தான்.

Vision	→	The Dream
Mission	→	The What and Why
Objectives	→	How much of what will be accomplished by When
Strategies	→	The How
Action Plan	→	What Change will happen, who will do, what by When to make it happen

வெற்றியின் சூட்சுமம் VMOSA:

கடல் போல் கனவும்,
காட்டாறு போல் குறிக்கோளும்,
வைகை போல் வழிவகையும்,
தேனீ போல் திட்டமிடலும்,
ஊர்க்குருவி போல் உத்திகளும்,
உண்டெனில் உனை மிஞ்ச ஒருவருமில்லை...

என்ன மாணவர்களே, குழந்தைகளே, சமோசா சாப்பிட ரெடியா? அப்ப நீங்க விமோசாவுக்கும் ரெடியா இருங்க. உன் வாழ்க்கை உன் கையில் என்பார்கள். ஒரு மனுஷன் சமோசா இல்லாம கூட இருக்கலாம். ஆனா விமோசா இல்லாம யாருமே இருக்கக்கூடாது. என்ன இந்த சுவாமி அய்யப்பானந்தா சொல்றது சரிதானே?

ஐ * ௸

அத்தியாயம் 3
ஐந்தும் இருந்தால் வெல்லலாம்

சொந்தக் கதை சோகக்கதை...

> சூடாத மல்லிகையே, நீ வாடிய காலம் வதைத்தாய்...
> சீறியெழுந்த சிங்கமே, நீ சிரம் உயர்த்த விழைந்தாய்...
> மாமலை போல் மரியாதை வளர்த்தாய்!
> விருதுகள் பலபெற்று விண்ணுயரம் தொட்டாய்!
> நிழலாய் பிறந்து, கண்ணெதிரே எழுந்த கதிரவனே...
> உன் வெற்றியின் ரகசியத்தைச் சொல்....!!

என்ற கவிதை மூலமாக என்னை நானே கேட்டுக் கொண்டதன் விளைவுதான் இந்தப் புத்தகம். தமிழகச் சீமையிலே, திண்டுக்கல் (அன்றைய மதுரை) ஜில்லாவிலே, மருதாநதி பாயும் ஒரு சிங்காரச் சிற்றூர்தான் எங்கள் கிராமம். பட்டி என்றாலே கிராமம் என்று பொருள். எங்கள் ஊரின் பெயரிலேயே இரண்டு 'பட்டி' வரும். அதாவது "பட்டிவீரன்பட்டி". பெயருக்கேற்றார் போல் இல்லாமல், காப்பி எஸ்டேட் உரிமையாளர்களின் பெரிய பெரிய பங்களாக்களும், ஆங்காங்கே சிறிதும், பெரிதுமாக சில வீடுகளும் கொண்டது தான் எங்கள் ஊர். ஊரைச்சுற்றி தென்னை மரங்கள். ஒழுக்க சிந்தனைக்கென்றே பெயர் பெற்ற நாடார் சுந்தர விசாலாட்சி வித்யாசாலா என்ற பெயரில் ஐந்து பள்ளிக்கூடங்கள். ஒரு நேர சோத்துக்கே வழியில்லாத ஒரு ஏழைக்குடும்பத்தில், ஐந்து சகோதர, சகோதரிகளுடன் பிறந்தவன் தான் நான். மூன்று பெண் பிள்ளைகள், இரண்டு ஆண் பிள்ளைகள். இரண்டாவதாக பிறந்தவன் நான். இரண்டே செட்

கால்சட்டை மற்றும் மேல்சட்டை. ஆங்காங்கே கிழிந்து தொங்கும், மஞ்சள் நிறத்தில் ஒரு புத்தகப் பை. இதுதான் அந்தக் காலத்தில் என்னுடைய ப்ராபர்ட்டி. சொத்து.

பள்ளி விடுமுறை என்றால் எல்லோருக்குமே கொண்டாட்டம் தான். ஆனால் எனக்கோ!!! ஆறாம் வகுப்பு படித்த காலத்தில் இருந்தே, விடுமுறை என்றால் ஏதாவது ஒரு கடையில் போய் வேலைக்குச் சேர்ந்துவிடுவேன். கிடைக்கும் வருமானத்தை வைத்து என் படிப்புக்குத் தேவையானதை பூர்த்தி செய்து கொள்வேன். பள்ளி நாட்கள் என்றால் ஒருவேளை சாப்பாடு நிச்சயம். ஆமாம். மதிய உணவு, அதுதான் நம்ம சத்துணவுதிட்டம். புத்தகப்பையில் புத்தகங்கள் இருக்கிறதா என்று பார்க்கிறேனோ இல்லையோ, சாப்பாட்டுத் தட்டு இருக்கிறதா என்று தான் முதலில் பார்ப்பேன். சத்துணவு சாப்பிட்டே வளர்ந்த உடம்பு இது. அதுக்காகவே நம்ம கர்மவீரர் காமராஜருக்கும், மக்கள்திலகம் எம்.ஜி.ஆருக்கும் ஒரு "ஓ" போடலாம்.

என்னதான் சாப்பாட்டுப் பிரச்சினை இருந்தாலும், எங்க அம்மாவும் அப்பாவும் படிக்க வைக்கிறத மட்டும் நிறுத்தல. ஆம்பள புள்ள, பொம்பள புள்ள - அப்படிங்குற பேதமெல்லாம் பாக்காம எங்க அஞ்சு பேரையும் நல்லா படிக்கவச்சாங்க. "**கல்விச் செல்வம் தான் அழியாத செல்வம்**" என்ற உண்மையை உணர்ந்தவங்க. கஷ்டப்பட்டுகிட்டே இருந்தாலும், நாங்க என்னவோ, நல்லா இஷ்டப்பட்டு தான் படிச்சோம். நான் பத்தாம் வகுப்பு வரை படிச்சிட்டு, அப்படியே தொழிற்கல்விப் படிப்பை, அதாவது மூன்று வருட டிப்ளமோ படிப்பைத் தொடர்ந்தேன். காரணம், பத்து முடிச்ச கையோட மூன்றே வருசத்துல வேலைக்கு போயிரலாம்னு ஒரு நம்பிக்கை தான்.

திருப்புமுனை

அதுதான் என் வாழ்க்கையிலேயே ஒரு திருப்புமுனையா அமைஞ்சது. அதான் "Turning Point" ன்னு சொல்லுவோமே. என் நிலை என்னவென்று எனக்கே புரிய ஆரம்பித்தது. எனக்குள்ள திறமை எது என்று தெளிவு பட்டது. மனம் துடித்தது. வெறி கிளம்பியது. அதாங்க சாதிக்கணுங்குற வெறி. நாம பெரிய சாதனையாளனா வந்து சாதிக்கணும். பலபேருக்கு உதவணும். இந்த சமுதாயத்தில ஒரு முன்மாதிரியா மாறணும். வாழணும். வாழ்ந்து காட்டணும். இப்படி ஏகப்பட்ட வெறி. ஆசை. அதுவே கனவா மாறிச்சு. கனவும் உண்மையாச்சு.

ஆமாம், அன்று சாதாரண அய்யப்பனா இருந்த நான், இன்று விஞ்ஞானி அய்யப்பன். அதுவும் ஒரு மத்திய ஆராய்ச்சி நிறுவனத்தில் தலைமை விஞ்ஞானி. சாதனை விஞ்ஞானி. உலகளாவிய அளவில் ஆறு பிரத்தியேக கண்டுபிடிப்புகளுக்கான காப்புரிமை (Patent Rights). பதினான்கு (14) தேசிய அளவிலான விருதுகள். சர்.சி.வி. இராமன் விருது, பாரத ரத்னா அப்துல் கலாம் விருது, இந்திராகாந்தி நல்லிணக்க விருது, சர்வபள்ளி இராதாகிருஷ்ணன் விருது, பத்ம ஜோதி விருது, வாழ்நாள் சாதனையாளர் விருது என பலப்பல விருதுகள்.

வெறும் டிப்ளமோ மட்டுமே படித்த அய்யப்பன், இன்று முனைவர் அய்யப்பன். படிப்பிலும் சரி. ஆராய்ச்சியிலும் சரி, தங்கப் பதக்கங்களும் விருதுகளும் குவிந்தன. மக்கள் மத்தியில் என்னுடைய கண்டுபிடிப்புகளுக்குக் கிடைத்த அங்கீகாரம் "மக்கள் விஞ்ஞானி" என்றும் "குட்டிகலாம்" என்றும். எப்படி கிடைத்தது இந்த வெற்றிகள். இதற்குப் பின்னணியில் எத்தனை போராட்டங்கள். அவலங்கள். தடைகள். ஆமாம். ஏதோ இருக்கிறது ஒரு மர்மம் (Secret).

அது என்னவாயிருக்கும் என்று என்னை நானே கேட்க ஆரம்பித்தேன். அதன் விளைவு தான் இந்தப் புத்தகம். ஆம். "**இப்படித்தான் ஜெயித்தேன் - வெற்றியின் இரகசியம்** *(Secret of Success)*".

ஒவ்வொரு தனிமனிதனின் வெற்றிக்கும் பல காரணங்கள் இருக்கலாம். என்னுடைய இந்த சிறிய வெற்றிக்கு காரணம் என்று எண்ணுவது "**இந்த ஐந்தும் இருந்தால் வெல்லலாம்**". என்ன அந்த ஐந்து விஷயங்கள். வாருங்கள் பார்க்கலாம்.

இந்த ஐந்தும் இருந்தால் வெல்லலாம்

- ☞ **ஐந்து "*P*" இருந்தால் வெல்லலாம்**
- ☞ **நான்கு "*C*" இருந்தால் வெல்லலாம்**
- ☞ **மூன்று "*I*" இருந்தால் வெல்லலாம்**
- ☞ **இரண்டு "கை" இருந்தால் வெல்லலாம்**
- ☞ **ஒரு "மை" இருந்தால் வெல்லலாம்**

அன்பார்ந்த மாணவர்களே! குழந்தைகளே! மறுபடியும் மேலே நான் குறிப்பிட்ட ஐந்தையும் ஒரு கவிதை போல, நல்லா ரைமிங்கா படிச்சுப் பாருங்க. ஏதோ ஒரு உணர்வு உங்களைத் தீண்டுவது போல இருக்கும். இந்தப் புத்தகத்தை வாசிக்கும் பெரியவர்களுக்கு ஒரு ப்ளாஸ்பேக் போல, உங்கள் வாழ்க்கையில் நடந்த விஷயங்களும், பழைய நினைவுகளாக உங்களை நெருடும். இதெல்லாம் உங்கள் வாழ்க்கையிலும் நிகழ்ந்தது போலவே இருக்கும். இனிவரும் அத்தியாயங்களில் இதுபற்றி மிக விரிவாகப் பார்க்கலாம். என் வாழ்வில் நடந்த சில உண்மைச் சம்பவங்களையும், நிகழ்வுகளையும் ஆங்காங்கே பதிவு செய்து இருக்கிறேன். வாசிக்க நீங்க ரெடியா?

ஐ * ஔ

அத்தியாயம் 4
ஐந்து "P" இருந்தால் வெல்லலாம்

ஐந்து "பி" இருந்தால் வெல்லலாம். ஆமாம். அது என்ன ஐந்து "பி" என்று கேட்கிறீர்களா? ஆங்கிலத்தில் "P" என்ற எழுத்தை ஆரம்பமாகக் கொண்டு வரும் ஐந்து வார்த்தை தான் இது. ஒவ்வொரு மனிதனும் தன் வாழ்நாளிலே சாதிக்க வேண்டும், ஜெயிக்க வேண்டும் என்றால், நிறைய விஷயங்கள் தேவைப்படும். அந்த வகையிலே முதற்கட்டமாக என் வெற்றிக்குக் காரணமாக இருந்தது என்று நான் கருதுவது, ஐந்து P. அதாவது People, Planning, Preparing, Performing and Priority.

☞ People - நல்ல சேர்க்கை
☞ Planning - திட்டமிடுதல்
☞ Preparing - தயார்படுத்துதல்
☞ Performing - செய்து முடித்தல்
☞ Priority - முன்னுரிமை

அப்படியே ஒவ்வொன்றையும் சற்று அலசி ஆராயலாமா? வாருங்கள். அந்த வகையிலே முதலில் நாம் பார்க்க இருப்பது People. அதாவது நல்ல சேர்க்கை. அதைப்பற்றி பார்க்கலாம்.

People - நல்ல சேர்க்கை

ஒவ்வொருவரின் வாழ்க்கையிலும் வெற்றிபெற பெரிதும், ஒரு முக்கிய காரணமாக இருப்பவர்கள் என்றால், அவரைச் சுற்றி இருக்கும் நல்ல சேர்க்கை; அதாவது நல்ல நண்பர்கள்தான் என்று நான் கூறுவேன். அது மிகையாகாது. என்னுடைய வாழ்க்கையில், வெற்றிக்கு நல்ல சேர்க்கை மூலதனம் என்பது மிக அதிகமாகவே பொருந்தும். அதிலே நம்மை பெற்றவர்களுக்கும், கற்பித்த ஆசிரியர்களுக்கும் பெரும் பங்கு என்றாலும், சிலர் அதை அவர்களுடைய கடமை என்று சொல்லிவிடுவார்கள். ஆனால் அப்படியும் சொல்லிவிட முடியாது. அந்த வகையிலே, ஒவ்வொருவரின் வெற்றிக்கும், அவர்களுடைய நண்பர்களின் பங்கு சற்று அதிகமாகவே இருக்கும்.

சற்று யோசித்துப் பாருங்கள். "கடவுளே! இந்த தாய்-தகப்பனுக்குத்தான் நான் மகனாக அல்லது மகளாக பிறக்க வேண்டும்" என்று தேர்ந்தெடுக்கும் உரிமை யாருக்கும் கிடையாது. "சாமி! இந்த ஆசிரியரிடம் தான் நான் படிக்க வேண்டும்" என்று தேர்ந்தெடுக்கும் உரிமையும் நமக்குக் கிடையாது. ஆனால், "**இவன் தான் என் நண்பனாக இருக்க வேண்டும்**" என்று தேர்ந்தெடுக்கவும், தீர்மானிக்கவும் எல்லோருக்கும் உரிமை உண்டு. அதனால் தான், ஒரு தனிமனிதனுடைய வெற்றிக்கு பெரிதும் காரணமாய் இருப்பது அவனுடன் இருக்கும் நல்ல நண்பர்கள் என்பது சாலப் பொருந்தும். நல்ல நண்பர்களின் சேர்க்கை தான் ஒருவரின் வெற்றிக்கு வழிகாட்டும், அடித்தளமாய் அமையும் என்பது என் தாழ்மையான கருத்து.

"உன்னைப்பற்றித் தெரிய வேண்டுமா? உன் நண்பனைப் பற்றிச் சொல்" என்று சொல்வார்கள். உன் நண்பன் எப்படிப்பட்ட குணாதிசயங்களை கொண்டுள்ளானோ, அதே போலத்தான் உன் குணங்களும் வரும்.

சிலர் சொல்வார்கள், "எனக்கு நிறைய நண்பர்கள் இருக்கிறார்கள்" என்று. ஆனால் எத்தனை நண்பர்கள் இருந்தாலும் சிறந்த நண்பன் (Best Friend) என்றால் அது ஒருவர் மட்டுமே இருக்க முடியும். அந்த சிறந்த நண்பனை, உற்ற நண்பனை, உயிர் நண்பனை, தோள் கொடுக்கும் தோழனை முதலில் தேடு. அந்த பெஸ்ட் ஃப்ரண்ட் யார் என்பதைத் தேர்ந்தெடுப்பதில் தான் உன் திறமையே இருக்கிறது. அதில் தான் உன் வாழ்க்கையின் வெற்றியும் அடங்கி இருக்கிறது.

நல்ல சேர்க்கை:
கவலை மறந்ததும் நட்பால்...
கண் கொண்டதும் நட்பால்...
சிறகுகள் முளைப்பதும் சினேகிதத்தால்...
சிந்தனைகள் பிறப்பதும் சினேகிதத்தால்...
அகம் புரிந்ததால் அன்பானது...
அகிலத்தை விட ஆழமானது...
கூடிய நட்பில் கூட்டிய அறிவை...
கூரிய ஆயுதமாக்க கூடுவோம்...

நண்பர்கள்பற்றிச் சொல்லும்போது, அய்யா அப்துல்கலாம் அவர்கள் சொன்னது தான் ஞாபகத்திற்கு வருகிறது. "*One BEST BOOK is equal to hundred GOOD FRIENDS. But One BEST FRIEND is equal to a GOOD LIBRARY*". அதாவது "ஒரு நல்ல புத்தகம் நூறு நல்ல நண்பர்களுக்குச் சமம். ஆனால் ஒரு சிறந்த நண்பன் ஒரு நூலகத்திற்கே சமம்" என்கிறார் கலாம். நண்பன் என்றால் ஒரு உற்ற நண்பன், உயிர்காக்கும் நண்பன், தோள் கொடுக்கும் தோழன், தவறு செய்தால் தட்டிக்கேட்கும் ஆருயிர் நண்பன், பெருமைப்பட செய்தால் "இதெல்லாம் உனக்குச் சாதாரணம்" என்று கூறும் அன்புத்தோழன். எனவே நூறு நண்பர்களைச் சேர்ப்பதை விட ஒரு சிறந்த நண்பனை அதாவது Best Friend-ஐ தேர்ந்தெடுத்துப் பழகுங்கள். கண்டிப்பாக வெற்றி உங்கள் பக்கம் தான்.

"சரிங்க அய்யா! அப்படிப்பட்ட ஒரு சிறந்த நண்பனைத் தேர்ந்தெடுப்பது எப்படி?" என்ற கவலையோடு நீங்கள் கேட்பது எனக்குப் புரிகிறது. அது ஒன்றும் அந்த அளவிற்கு கடினமான காரியம் கிடையாது. உங்கள் சந்தேகத்தை இப்போதே நிவர்த்தி செய்துவிடலாம்.

நண்பன்னா யாரு?

சில நண்பர்கள் கூட்டமாய் நின்றுகொண்டு பேசுவதைக் கேட்டிருப்போம். எதுக்கெடுத்தாலும் "மாப்பிள்ள, சூப்பர்டா. உலகத்திலேயே நீதாண்டா கெத்து"ன்னு சொல்லுவான். பொண்ணுங்களோ "மச்சி நீதான்டி கெத்து. சும்மா ஹீரோயினி மாதிரி இருக்க" என்று சும்மா உசுப்பேத்திவிட்டுகிட்டே இருப்பாங்க. விஷயம் ஒன்னும் இருக்காது. சும்மா

அப்படியே புகழ்ந்துட்டா, அவனுக்கு எல்லாமே கெடைச்சுடும் என்ற நம்பிக்கை. இதெல்லாம் வெறும் வெத்து வேட்டுதான். ஒரு சிறந்த நண்பன்னா, தப்பு செய்யும் போது, பளார்ன்னு கன்னத்தில ஒன்னுவிட்டுட்டு, "மாப்பிள்ள! இது தப்புடா. நீ செய்யுறது ரொம்ப தப்புடான்னு" தட்டிக் கேட்கணும். அவனை நேர்வழிப்படுத்தனும். அதுக்காக உயிரையும் கொடுக்கணும். அதே நேரத்துல, தன்னோட நண்பன் ஒரு நல்ல விஷயத்தை பண்ணுனா, ஒரு விஷயத்தில ஜெயிச்சுட்டா, "மாப்பிள்ள/ மச்சி, இதெல்லாம் உனக்கு சர்வ சாதாரணம். நீ சாதிக்க வேண்டியது இன்னும் நிறைய இருக்கு" அப்படின்னு சொல்லி அவன/ அவள மேலும் உற்சாகப்படுத்தி மேலும் மேலும் சாதிக்க வைக்கணும். கூடவே உறுதுணையா இருக்கணும். சினிமா படத்தில சொல்றமாதிரி, அவனோ அல்லது அவளோதான் உண்மையிலே "**நண்பேண்டா**".

நட்பு என்ற அதிகாரத்தில் வான்புகழ் வள்ளுவன் கூறுவது யாதெனில்,

"நகுதற் பொருட்டன்று நட்டல் மிகுதிக்கண்
மேற்சென்று இடித்தற் பொருட்டு" (குறள் - 784)

"அதாவது ஒருவனோடு நட்புக் கொள்வது சிரித்து மகிழ மட்டும் அல்ல; நண்பனிடம் வேண்டாத செயல் இருக்கக் கண்டபோது விரைந்து கண்டித்துப் புத்தி சொல்வதற்கும்" என்ற பொருளைத் தருகிறார் பட்டிமன்ற பிதாமகன், முனைவர் சாலமன் பாப்பையா அவர்கள். "நட்பு என்பது சிரித்து மகிழ்வதற்காக மட்டும் அல்ல; தன்னுடைய நண்பர்கள் நல்வழி தவறிச் செல்லும்பொழுது இடித்துரைத்துத்

திருத்துவதற்காகும்" என்று ஆழமான கருத்தை முன் வைக்கிறார் மறைந்த முத்தமிழ் அறிஞர் கலைஞர் மு. கருணாநிதி அவர்கள்.

மற்றுமொரு குறளில் பொய்யாமொழிப்புலவன் வள்ளுவன் கூறுகிறார்.

"முகநக நட்பது நட்பன்று நெஞ்சத்து
அகநக நட்பது நட்பு" (குறள் - 786)

"உள்ளம் கலக்காமல், முகத்தோற்றத்தில் மகிழ்ச்சி காட்டி நட்புச் செய்வது நல்ல நட்பு ஆகாது; நெஞ்சத்தின் உள்ளேயும் மகிழ்ச்சியோடு நட்பு செய்வதுதான் நல்ல நட்பு" என்பது புலியூர்க் கேசிகன் அவர்களின் புதிய தெளிவுரை. "முகம் மட்டும் மலரும் படியாக நட்பு செய்வது நட்பு அன்று, நெஞ்சமும் மலரும் படியாக உள்ளன்பு கொண்டு நட்பு செய்வதே நட்பு ஆகும்" என்ற பொருளைப் பதிவு செய்கிறார் கவிஞர் மு. வரதராசன் அய்யா அவர்கள்.

நண்பேன்டா...

எனக்குக் கிடைத்த ஒரு நண்பனைப் பற்றி இப்போது சொல்லப்போகிறேன். அழகிய தோற்றம், சிவந்த நிறம், மெல்லிய தேகம், கருணைமிகு கண்கள், இளகிய இதயம், உதவி என்று கேட்கும் முன்னே உதவிக்கரம் நீட்டும் ஒரு சுபாவம். இத்தனைக்கும் சொந்தக்காரன்தான் எனது ஆருயிர் நண்பர். அவர் பெயர் திரு. சுந்தரேசன். எனது சொந்த ஊரான பட்டிவீரன்பட்டியில் என்னுடன் பள்ளித்தோழராய் பழகியவர். மிக அதிக வசதி இல்லை என்றாலும், ஓரளவுக்கு வசதி கொண்ட குடும்பம். நண்பரின் அப்பா அந்த ஊரில் உள்ள மரக்கடையில் சூப்ரவைசராக

பணிபுரிகிறார். நண்பருக்கு ஒரு அண்ணன் மற்றும் தங்கை இருந்தார்கள். நான் படிக்கும் காலத்தில், போதிய அளவு பொருளாதார வசதியில்லாத காரணத்தால், நிறைய நாட்கள் பட்டினி நாட்கள் தான். அந்த நேரத்தில், என் நண்பரும் சரி. நண்பரின் அம்மாவும் சரி. அவர்கள் வீட்டில் என்னை, மற்றுமொரு பிள்ளையாகவே பாவித்து, சாப்பாடு தருவார்கள். எங்கள் வீட்டில் மின்சார வசதி கூட கிடையாது. படிப்பதும் அவர்கள் வீட்டில் தான். அப்பொழுதெல்லாம் நான் கொஞ்சம் சுமாராகத்தான் படிப்பேன். என் நண்பரோ மிகமிக சுமாராகத்தான் படிப்பார். அதனால் அவர்களுடைய அம்மா, "சுந்தர், உனக்கு நல்ல நண்பன் கிடைத்திருக்கின்றான். அவனைப்பார்த்து நல்லா படி" என்று சொல்லிக்கொண்டே இருப்பார்கள். ஆனால் சுந்தர் (செல்லமாக அப்படித்தான் அழைப்போம்) எனக்கு ஒரு மிகச்சிறந்த நண்பராக இருப்பார் என்று நான் சற்றும் எதிர்பார்க்கவில்லை.

சுந்தர் என்னை எப்பொழுதும் "டேய்" என்றோ "அய்யப்பா" என்றோ பெயர் சொல்லி அழைத்ததாக எனக்கு ஞாபகமே இல்லை. எப்பொழுது பார்த்தாலும் "நண்பா... நண்பா" என்றுதான் வாய் நிறைய கூப்பிடுவார். "நண்பா, எனக்கெல்லாம் கடவுள் எல்லாத்தையும் கொடுத்திருக்கான். வசதியை கொடுத்திருக்கான். உன்னைமாதிரி நல்ல பிரண்ட கொடுத்திருக்கான். ஆனா படிக்கிற ஆசையை கொடுக்கல. அதுக்குத் தேவையான புத்தியைக் கொடுக்கல. ஆனா உனக்கு சூப்பரா படிக்கிற திறமையை, அறிவை கொடுத்திருக்கான். உன்னால முடியும் நண்பா. நீ நெறைய சாதிக்கணும். அதப்பாத்து நான் சந்தோஷப்படணும்" என்று சொல்லிக்கொண்டே

இருப்பார். பள்ளிப் படிப்பானாலும் சரி. நாடக நடிப்பானாலும் சரி, ரெண்டு பேரும் சேர்ந்திட்டா செம ஜாலி தான். ஒவ்வொரு வருசமும் நடக்கிற ஆண்டுவிழாவில நாடகம் என்ன, பாட்டுகள் என்ன, நாட்டியம் என்ன? எல்லாத்திலேயும் சேர்ந்திடுவோம். நாடகத்தில் நான் எப்பவுமே ஹீரோ வேசம் தான் போடுவேன். அவர் ஏதாவது ஒரு கேரக்டர் ரோல் பண்ணுவார். ஆறாம் வகுப்பு படிக்கும் போதே நடித்த முதல் நாடகத்திலேயே, நான் தான் "சாக்ரடீஸ்". எனது நண்பர் சுந்தருக்கு "நீதிபதி" வேஷம். சாக்ரடீஸான எனக்கு, விஷம் குடித்து மரணம் அடையவேண்டும் என்ற தீர்ப்பை வழங்கும் நீதிபதி கெட்டப். செக்கிழுத்த செம்மல் நாடகத்தில் நான் தான் "வா.உ.சி", எனது நண்பர் சுந்தருக்கு "பாரதியார்" வேஷம். இப்படி நிறைய நாடகங்கள். ஒரு நாள் சுந்தர் என்னைப்பார்த்து, "நண்பா. நாடகத்தில் மட்டுமல்ல. ரியல் லைப்லையும் நீதான் ஹீரோ" என்று சொன்னார். அது இன்றைக்கும் என் மனதில் "ஞாபகம் வருதே ஞாபகம் வருதே" என்று ரீங்காரமிட்டுக் கொண்டிருக்கிறது. "நண்பா, ஒரு நாள் இல்ல ஒரு நாள், நீ ஆசைப்பட்ட மாதிரியே, நீ கண்டிப்பா ஒரு விஞ்ஞானியா வருவ" என்று என் ஆழ்மனதில் உறங்கிக் கொண்டிருந்த என் கனவை நினைவுபடுத்திக்கொண்டே இருப்பார்.

பள்ளியில் பத்தாம் வகுப்பு படித்துக்கொண்டிருந்த நேரம். ஆண்டுவிழாவில் நடித்த நாடகம் செக்கிழுத்த செம்மல். எங்கள் நடிப்பைப் பார்த்து, எங்கள் பள்ளி மாணவர்கள் மட்டுமின்றி, பள்ளி ஆசிரியர்கள், பெற்றோர்கள் அனைவரும் அசந்து போய் இரசித்ததை இன்னும் மறக்கமுடியவில்லை. பள்ளியின் தலைமை ஆசிரியர் திருமிகு விஜயராஜன் அய்யா அவர்கள்,

எங்களை மாவட்ட அளவிலான நாடகப் போட்டியில் கலந்து கொள்ளச் செய்தார். அங்கும் முதல் பரிசு எங்களுக்குத்தான். பின்னர் மாநில அளவிலான போட்டி. போட்டி மிகக் கடினமாகவே இருக்கும். எனவே தினமும் பயிற்சி, இரண்டு மணி நேரம் பயிற்சி, தலைமை ஆசிரியர் வீட்டுக்குச் சென்று ஆடியோ கேசட்டில் வசனங்களை பேசச் சொல்லி, அதைப் பதிவு செய்து எங்களுக்கு போட்டுக் காண்பிப்பார். என்ன என்ன தவறுகள் என்பதைச் சுட்டிக்காட்டி, நடிப்பை மெருகேற்றினார்கள். அப்போது என் நண்பர் சுந்தர் என்னிடம் வந்து "நண்பா! நாடகம் நமக்குச் சாப்பாடு போடப்போவதில்லை. உனக்கு படிப்பு தான் முக்கியம். நீ பத்தாம் வகுப்பில் படித்து நல்ல மார்க் வாங்கினால் தான் நல்ல பாலிடெக்னிக்கில் இடம் கிடைக்கும். அதனால், நாடக நடிப்பை தற்காலிகமாக நிறுத்திவிட்டு, படிப்பில் கவனம் வை" என்று அவர் கூறிய பிறகு தான் எனக்கும் புரிந்தது. எனக்காக அவரும் நடிப்பை மறந்து, படிப்பில் கவனம் செலுத்தி நன்றாகப் படித்தோம். எனக்கு ஒரு சிறந்த பாலிடெக்னிக் கல்லூரியில் சேரும் வாய்ப்பு கிடைத்தது. அவர் அந்த பள்ளியிலே பனிரெண்டாம் வகுப்பு வரை படித்துவிட்டு, பின்னர் படிப்பைத் தொடர முடியாமல் தனக்கு தெரிந்த, பிடித்த தொழிலான "புரோட்டா கடை" ஒன்றை ஆரம்பித்து அவருடைய வாழ்க்கையும் தொடர்ந்தது. இது தான் நட்பு. அவர்தான் எனக்கு கிடைத்த சிறந்த நண்பர்.

டிப்ளமோ பட்டயப் படிப்பை மூன்றாண்டு முடித்து, நான் மாநிலத்திலேயே முதல் மாணவராகத் தேர்ச்சி பெற்று, விருதுகள் பெற்றதை, தமிழ் நாளிதழ்கள் செய்திகளாக வெளியிட்டு இருந்தன. அந்த

விஷயம் எனக்கே தெரியாது. அந்த செய்தித்தாளை வாங்கிப் படித்துவிட்டு, என் வீட்டிற்கு ஓடி வந்து "நண்பா. நீ ஜெயிச்சிட்ட. நீ தான் மாநிலத்திலேயே முதல் ரேங்க். *State First Rank*" என்று சொல்லி இனிப்புகளை எனக்கு மட்டும் அல்லாது, எங்கள் தெருவுக்கே இனிப்புகள் வழங்கி, "என் நண்பன் சாதிச்சிட்டான், என் நண்பன் சாதிச்சிட்டான்" என்று, என்னமோ தானே ஜெயிச்ச மாறி, அவன் செய்த ஆர்ப்பாட்டம் இன்றளவும் என் கண்களின் கண்ணீரை வரவழைக்கிறது. தன்னுடைய நண்பனின் வெற்றியே தன்னுடைய வெற்றி எனக் கொண்டாடிய எனதருமை நண்பர் சுந்தரேசன் எனக்குக் கிடைத்த வரம் அல்லவா! அவரல்லவோ சிறந்த நண்பர். மிகச்சிறந்த நண்பர். இன்றளவும் தேனியில் ஒரு "புரோட்டா கடை" வைத்து தன் இரண்டு பிள்ளைகளையும் நன்றாக படிக்க வைத்துக் கொண்டிருக்கிறார். அவரைப்போல எல்லோர்க்கும் நல்ல நண்பர்கள் வாய்க்கவேண்டும். அல்ல. சிறந்ததொரு நண்பரைத் தேர்ந்தெடுக்க நீங்கள் முயற்சிக்க வேண்டும்.

ஆட்டோகிராப் என்ற திரைப்படத்தில் கவிஞர் சிநேகன் அவர்களின் "கிழக்கே பார்த்தேன்" என்ற பாடல்வரிகள் என்னை மிகவும் கவர்ந்தன. காரணம் சிறந்த நட்புக்கு, நண்பனுக்கு ஏற்ற கவிதை அந்த பாடல்.

"தாகம் என்று சொல்கிறேன்
மரக் கன்று ஒன்றைத் தருகிறாய்...
பசிக்குது என்று சொல்கிறேன்
நெல்மணி ஒன்றைத் தருகிறாய்...
உந்தன் கை விரல் பிடிக்கையில்
புதிதாய் நம்பிக்கை பிறக்குது...

உந்தன் கூட நடக்கையில்
ஒன்பதாம் திசையும் திறக்குது...
என் பயணத்தில் எல்லாம் நீ
கைகாட்டி மரமாய் முளைத்தாய்...
என் மனதை உழுது
நீ நல்ல விதைகளை விதைத்தாய்...
என்னை நானே செதுக்க
நீ உன்னையே உளியாய் தந்தாய்...
என் பலம் என்னவென்று எனக்கு
நீ இன்றுதான் உணர வைத்தாய்..."

நட்புன்னா சும்மாவா...

நமக்கு நல்ல நண்பர்கள் கிடைத்தால் மட்டும் போதுமா? நாமும் சிறந்த நண்பராய் இருக்க வேண்டாமா? அதற்கு உதாரணமாய் எனது மற்றுமொரு சிறந்த நண்பரைப் பற்றி கூறுகின்றேன். இராஜபாளையத்தில் பி.ஏ.சி.இராமசாமி இராஜா பாலிடெக்னிக்கில் மூன்றாண்டு டிப்ளோமா படிப்பு. 150-பேர் தேர்வான கல்லூரியின், மதிப்பெண் அடிப்படையில் கடைசி மூன்றாவது மாணவன்தான் நான். முதல் வருடம். குடும்பத்தை விட்டு, தாய் தந்தையரை விட்டு, சகோதர, சகோதரிகளை விட்டு தனியே ஹாஸ்டலில் இருக்கின்றேன். அறிமுகம் இல்லாத நண்பர்கள். அந்த நேரத்தில் எனக்குக் கிடைத்த ஒரு அற்புத மனிதர், சிறந்த நண்பர் திரு கோபிநாத் அவர்கள் (சில நன்மை கருதி, பெயர் மாற்றம் செய்யப்பட்டுள்ளது). மெக்கானிக்கல் இஞ்சினியரிங்க் பிரிவு. அல்வாவிற்கு பெயர் பெற்ற திருநெல்வேலியில் இருந்து, தந்தையை இழந்து, அம்மா மற்றும் மூத்த சகோதரன் உதவியோடு படித்து, பத்தாம் வகுப்பு பொதுத்தேர்வில் 500-

க்கு 492 மதிப்பெண்களே பெற்ற ஒரு படிப்பாளி தான் அந்த கோபிநாத். பிராமணக் குடும்பத்தைச் சேர்ந்தவர். பார்ப்பதற்கு மிக அழகாக இருப்பார். சுண்டினால் இரத்தம் வரும். அந்த அளவிற்கு சிவப்பு நிறம், பெண்களைப் போன்ற கண்கவர் முகம், கவர்ந்திழுக்கும் கண்கள் என அத்தனை அழகு. அவரது வீட்டில் பெண்பிள்ளை இல்லாத குறையைத் தீர்த்து வைத்திருப்பார் போலும். நடை அழகு கூட நளினமாக ஒரு பெண்ணைப்போலவே நடப்பார். அதனால், எங்கள் கல்லூரி மாணவர்கள் குறிப்பாக ஹாஸ்டலில் அனைவருமே அவரை கேலி செய்வது, கிண்டல் அடிப்பதுமாக இருப்பார்கள். கோபிநாத் யாரிடமாவது பேசினால் கூட "என்னப்பா, ஏய் சொல்லுப்பா" என்று கொஞ்சலாகத் தான் பேசுவார்.

என்ன காரணமோ என்னவோ தெரியவில்லை. கோபிநாத்துக்கு என்னை ரொம்பவே பிடித்துப் போய்விட்டது. எப்போது பார்த்தாலும் என்னை "உயிர் நண்பன், உயிர் நண்பன்" என்றே சொல்லிக்கொண்டே இருப்பார். ஒரு நாள் என்னிடம் வந்து "ஓ"வென்று அழுது கொண்டே, "எல்லோரும் என்னை கேலி செய்கிறார்கள். என்னை ஒரு பெண் போலவே பார்க்கிறார்கள். தொட்டுப்பேசி கிண்டல் செய்கிறார்கள்" என்றார். "நண்பா, நான் என்ன செய்வது என்றே புரியவில்லை" என்றார். நான் கோபிநாத்துக்கு ஒரு சிறந்த நண்பனாக இருக்கிறேனோ இல்லையோ, ஒரு நல்ல மனிதனாக இருக்க ஆசைப்பட்டேன். உடனே "கோபி. நீ ஏன் எப்போது பார்த்தாலும் பெண்பிள்ளை மாதிரியே பேசுகிறாய்? முதலில் உன் நடை, உடை, பாவனையை மாற்று. ஒரு ஆண்மகனைப்போல் நட. பேச்சில் 'என்னப்பா' என்று கொஞ்சாமல், சக

நண்பர்களைப்போல் போடா, வாடா என்று பேசு. யாராவது மீறி தொட்டுப்பேசினால், கன்னத்தில் பளார் என்று ஒன்று கொடு. எல்லாம் சரியாகிவிடும்" என்று நான்தான் ஒரு யோசனையை, தெரியாமல் சொல்லிவிட்டேன். அவ்வளவுதான். கோபிநாத் பக்கம் யாரும் திரும்புவதில்லை. கிண்டல் அடிப்பதுமில்லை. என்னிடம் கோபிநாத் வந்து "அய்யப்பா. ரொம்ப ரொம்ப நன்றி. இத என் வாழ்நாள்ல மறக்கவே மாட்டேன். அதோட நீதான் என் உயிர் நண்பன்" என்று கூறிவிட்டு கம்பீரமாகச் சென்றுவிட்டார்.

ஒரு மாதம் கழித்து, ஒரு நாள் எலெக்ட்ரிக்கல் லேப்பால், ஒரு வயரை சீவும் பொழுது, தெரியாத்தனமாக என் விரலையும் சீவிக்கொண்டேன். உடனே, என்னை அருகில் உள்ள ஒரு மருத்துவமனைக்குக் கொண்டு சென்று தையல் போட்டு, காயத்திற்கு மருந்தை கட்டிவிட்டார்கள். பின்னர் ஹாஸ்டலில் எனது அறையில் நான் தூங்கிக்கொண்டிருந்தேன். இந்த விஷயத்தைக் கேள்விப்பட்ட என் நண்பர் கோபிநாத் என் அறைக்கு ஓடி வந்து "ஓ"வென்று கதறி அழ ஆரம்பித்தார். நான் அவருக்குச் சமாதானம் கூற எழுவதற்கு முன்னமே, அருகிலிருந்த என் பென்சில் டப்பாவைத் திறந்து, அதில் உள்ள பிளேடால் தன் கையைக் கீற, இரத்தம் பெருகி ஓட ஆரம்பித்தது. படுக்கையில் இருந்து எழுந்த நான், நடந்ததை சற்றும் எதிர்பாராத நான், கோபிநாத்தின் கன்னத்தில் பளாரென்று ஒரு அறை கொடுத்து " நீயெல்லாம் ஒரு நண்பனா? தன்னுடைய நண்பனுக்கு ஒரு கஷ்டம் என்றால், தனக்கும் அந்த கஷ்டம் வர வேண்டும் என்று எண்ணுபவன் ஒரு நல்ல நண்பனா? அந்த கஷ்டத்திற்கு என்ன செய்ய வேண்டும் என்று

யோசிக்க வேண்டும். இப்படி உன் கையைக் கிழித்துக்கொண்டால் அது நட்பாகி விடுமா? உன்னை என் நண்பன் என்று சொல்வதற்கே அருவறுப்பாய் இருக்கிறது. இங்கிருந்து போய்விடு" என்று நான் கத்த ஆரம்பித்தவுடன், வார்டன் வந்து உடனே கோபிநாத்தை அருகில் உள்ள மருத்துவமனைக்கு கொண்டு சென்று கட்டு போட்டார்கள். இரண்டு பேருக்கும் காயம் ஆறவே கிட்டத்தட்ட இரண்டு வாரங்கள் ஆனது. ஆனால் என் நெஞ்சுக்குள் ஏற்பட்ட காயத்திற்கு மருந்தே இல்லை. "இப்படியும் ஒரு நண்பனா? என்ன ஒரு கோழைத்தனமான செயல். அன்பு, பாசம் என்ற பெயரில் என்ன கண்மூடித்தனம், காட்டுமிராண்டித்தனம்" என்று என்னை நானே கேள்வி கேட்டுக்கொண்டு இருந்தேன். ஒரு மாதம் கழித்து கோபிநாத் என்னை மீண்டும் வந்து பார்த்து, "அய்யப்பா, என்னை மன்னித்துவிடு" என்றார். நானோ " இப்படி ஒரு நண்பன் எனக்குத் தேவையேயில்லை" என்று ஒதுங்கிவிட்டேன்.

மாதங்கள் ஓடின. வருடம் ஒன்று முடிந்தது. முதலாம் ஆண்டு தேர்வு முடிவுகள் வெளியாயின. பயிலகத்திலே முதல் மாணவனாக அய்யப்பன் தேர்வு என்று செய்தி காட்டுத்தீ போல பயிலகம் எங்கும் பரவுகிறது. சந்தோசம் தாங்கமுடியவில்லை. என் நண்பர் சுந்தர் சொன்னது சரிதான் என்று எனக்கு அப்போது தோன்றியது. விடுதியில் இரவு உணவு முடிந்து, எல்லோரும் படித்துவிட்டு தூங்க சென்றுவிட்டோம். திடீரென ஒரு ஓலம். எல்லோரும் அலறுகிறார்கள். "கோபியைக் காணவில்லை. சார், கோபியை சாயங்காலம் முதல் காணவில்லை" என்று அவனுடைய அறை நண்பர் கதறுகிறார். எனக்குள் கோபிநாத் மேல்

இருந்த அந்த உண்மையான நட்பு வெளிப்பட்ட தருணம் அது. ஹாஸ்டலுக்கு அருகாமையில் இருக்கும் இரயில்வே தண்டவாளத்தை நோக்கி நான் ஓடினேன். நான் நினைத்தது சரியாகப் போயிற்று. கோபிநாத் தற்கொலை செய்து கொள்வதற்காக, இரயில்வே தண்டவாளத்தில் படுத்திருக்கிறார். கோபிநாத்துக்கு மிக அருகில் சென்ற நான், எந்த பேச்சும் இல்லாமல் "பளார் பளார் பளார்.... பளாரென்று" கன்னத்தில் சரமாரியாக அறைந்தேன். அதுவரை என்ன நடக்கிறது என்று கூட தெரியாமல், தன்னிலை அறியாமல், தண்டவாளத்தில் படுத்திருந்த கோபிநாத் தன்னிலைக்கு வந்தார்.

என்னை இறுக கட்டிப்பிடித்துக் கொண்டு, "நண்பா.... என்னை மன்னிச்சிரு" என்று அழ ஆரம்பித்தார். அப்போதும் கூட கடுமையான குரலில், "இதுக்குத்தான் உங்க அம்மா இப்படி உன்னை கஷ்டப்பட்டு பெத்தாங்களா? உங்க அண்ணன் எல்லா குடும்பச் சுமைகளையும் தாங்கிக்கிட்டு உன்னை படிக்கவைக்கிறது இதுக்குத்தானா?. நாம எல்லாம் சாகப் பொறந்தவங்க அல்ல. வாழப் பொறந்தவங்க, சாதிக்கப் பொறந்தவங்க. இப்படி சாக துணிஞ்சிட்டேயே" என்று கீதா உபதேசம் கணக்கா நான் பேச, மறுபடியும் "ஓ" என அழுதுட்டு, பின்னர் எழுந்து ஹாஸ்டலுக்கு அழைச்சிட்டு வந்தோம். பின்னர் என்ன நடந்ததுன்னு கோபியிடம் கேட்டபோது எனக்கு அப்படியே ஒரு ஷாக். "நான் கணக்குல கூட பாஸ் பண்ணிட்டேன். ஆனா டெக்னிகல் டிராயிங் என்கிற பாடத்துல பெயில் ஆகிட்டேன். அதான் சாகுறதுன்னு முடிவு செஞ்சேன்" என்றான் பத்தாம் வகுப்பில் 500க்கு 492-மதிப்பெண் வாங்கிய படிப்பாளி.

உடனே "அதுக்குத் தான் நான் அப்பவே சொன்னேனே. மார்க்குக்காக படிச்சா மனப்பாடம்தான் பண்ணனும். கணக்குப் பாடத்தை கூட மனப்பாடம் பண்ணித்தான் படிச்ச. 100-க்கு 95 மார்க் வாங்கின. Technical Drawing பாடத்தை போயி யாராவது மனப்பாடம் பண்ணமுடியுமா? அதனாலதான் ஃபெயில் ஆகிட்ட. இனிமேலாவது பாடங்களை புரிஞ்சு படி. கண்டிப்பா நீ வாழ்க்கையில ஜெயிப்ப. நீ என்னிக்கு ஜெயிச்சு வாரயோ அன்னிக்கு நாம மீண்டும் நண்பர்களா சந்திப்போம். அதுவரை காத்திருப்போம்" என்று சொல்லிவிட்டு எனது அறைக்குப் போயிட்டேன். அவரும் அந்த நிகழ்ச்சிக்கு அப்புறம் என்னை பெருசா சந்திச்சுப் பேசல. பேச்சு "ஹாய். ஹாய்" என்பதோடு மட்டும் ஆயிற்று.

மூன்றாம் ஆண்டு கடைசியில் தான், ஒரு நாள் பேசிக்கிட்டோம். அப்ப என் நண்பர் கோபிநாத் சொன்னது, "இப்ப நாம பிரியப் போறோம். ஆனா நம்ம நட்பு உண்மையானதுன்னா, நாம கூடிய சீக்கிரம் சந்திப்போம்"ன்னு சொல்லி பிரிஞ்சோம். படிப்பு முடிஞ்ச உடனே, பஞ்சாபில் உள்ள சண்டிகாரில் மத்திய அரசின் ஆராய்ச்சிக் கூடத்தில் எனக்கு வேலை கிடைத்தது. ஐந்து ஆண்டுகள் கழித்து, நான் சென்னைக்கு மாற்றலாகி வந்துவிட்டேன். பத்து ஆண்டுகளுக்குப் பிறகு, என் சொந்த ஊரான பட்டிவீரன்பட்டிக்குச் சென்ற போது, எங்கள் பழைய வீட்டில் குடியிருந்த ஒருவர், "தம்பி, உங்க வீட்டுல அய்யப்பன்னு யாராவது இருக்காங்களா? அவருக்கு கோபிநாத் என்ற ஒரு நண்பர் தொடர்ந்து பத்து வருசமா, மாசம் தவறாம கடிதம் எழுதி இருக்காரு. போன வாரம் கூட ஒரு லெட்டர் வந்தது" என்றார்

அவர். என் கண்களில் ஆனந்தக் கூத்தாடி கண்ணீர் மல்கியது. அந்த அய்யப்பனே நான்தான், என்று சொல்லி, கோபிநாத் எழுதிய கடிதங்களைத் தருமாறு கேட்டேன். ஒரு பெரிய பண்டலை என்னிடம் கொண்டு வந்து கொடுத்தார். முதலில் போனவாரம் வந்த கடிதத்தை பிரிச்சு படித்து பார்த்தேன்.

“அன்புள்ள நண்பர் அய்யப்பனுக்கு, உன்னால் ஒரு சகமனிதனாக மாறிய கோபிநாத் எழுதிக்கொண்ட கடைசி மடல். இதுவரை நான் நிறைய கடிதங்கள் அனுப்பினேன். நமது கல்லூரி படிப்பு முடிந்தவுடன் நீ எனக்கு ஆட்டோகிராப் புத்தகத்தில் ஏதாவது எழுதுவாய் என்று ஏங்கினேன். நீ உனக்கே உரிய பாணியில் ‘வாழ்க வளமுடன்’ என்று சுருக்கி எழுதி விட்டு, உந்தன் பட்டிவீரன்பட்டி விலாசத்தைக் கொடுத்தாய். அந்த விலாசத்திற்கு தான் கடிதம் எழுதுகிறேன். இதுதான் நான் எழுதும் கடைசி கடிதம். நம் நட்பு உண்மையானால் இந்த கடிதம் உன் கையில் கிடைக்கும். வருகின்ற புதன்கிழமை திருநெல்வேலியில் எனக்குத் திருமணம் நடைபெற இருக்கிறது. முடிந்தால் அங்கு சந்திப்போம். நன்றி. இப்படிக்கு உன் *BEST FRIEND*” என்று முடிக்கப்பட்டிருந்தது.

உடனே திருநெல்வேலிக்கு கிளம்பிச்சென்றேன். அங்கும் என் நண்பர் கோபியை காண முடியவில்லை. திருமணம் முடிந்து அவர் வேலைபார்க்கும் இடத்திற்கே சென்றுவிட்டார். அவருடைய அண்ணனிடம் சென்று விசயத்தை கூறி, கோபிநாத்தின் விலாசம் மற்றும் தொலைபேசி எண்களை பெற்றுக்கொண்டு சென்னை திரும்பினேன். இன்றுவரை என் மிகச்சிறந்த அந்த நண்பர் கோபிநாத்தை நேரில் சந்திக்க முடியவில்லை. அவருடன் தொலைபேசியில் தொடர்பு கொண்ட

போது அவர் குஜராத்தில் உள்ள ஒரு தனியார் நிறுவனத்தில் மேலாளராகப் பணிபுரிவதாகவும், அவருக்கு ஒரு ஆண் மற்றும் பெண் குழந்தை இருப்பதாகவும் அறிந்தேன். எங்கள் நட்பு இன்றளவும் தொலைபேசியிலே தொடர்கிறது. நேரம் வரும்வரை காத்திருப்போம்.

இதுவல்லவோ நட்பு. நட்புக்கு நட்பே பரிசு என்பதைப் புரிந்து கொண்டீர்களா? அப்படியே ஒரு சினிமா படம் பார்த்ததைப் போல இருக்கிறதல்லவா? வாழ்க்கை தான் சினிமா. ஆனால் சினிமா வாழ்க்கை அல்ல. புரிந்து கொண்டால் வெற்றி நமதே.

நண்பன் ஒருவன் வந்த பிறகு...
விண்ணைத் தொடலாம் உந்தன் சிறகு...
வானுக்கும் எல்லை உண்டு நட்புக்கில்லையே...
துன்பம் வரலாம் இன்பம் வரலாம்...
நண்பன் ஒருவன் பங்கு பெறலாம்...
கல்லூரி நட்புக்கில்லை முற்றுப்புள்ளியே...

என்ற அந்த அற்புதமான கவிஞர் வாலியின் பாடல்வரிகள் காதல் தேசம் என்ற திரைப்படத்திற்காக. இன்றளவும் என் மனதை வருடும் பாடல் வரிகள். நட்பின் ஆழம் என்னவென்று இப்பொழுதுதான் புரிகிறது.

எப்படி நண்பர்கள் இருக்கவேண்டும் என்பதைப் புரிந்து கொண்டோம் அல்லவா. எப்படிப்பட்ட நண்பர்கள் இருக்கக்கூடாது என்பதற்கு என் இன்னொரு உண்மைக் கதையும் கூறுகின்றேன். கேளுங்கள்.

கூடா நட்பு...

சில நண்பர்கள், நம்மகிட்ட பணம் இருக்கும் போது பச்சக்குன்னு பசைமாதிரி ஒட்டிக்குவாங்க. பணம் இல்லேன்னா, பிச்சிக்கிட்டு ஓடிருவாங்க.

அவர்கள நண்பர் என்று சொல்வது கூட கேவலம் தான். அப்படிப்பட்ட ஒரு நண்பர் தேவையே இல்லை என்று முதலில் முடிவு செய்யணும். அப்படித்தான் எனக்கு ஒரு நண்பர் இருந்தார். அவரோட பெயரை இங்கு குறிப்பிட விரும்பல. நான் சண்டிகாரில் வேலை பார்த்துக் கொண்டிருந்த தருணம். ஒருமுறை விடுமுறைக்காக எனது சொந்த ஊரான பட்டிவீரன்பட்டிக்கு வந்திருந்தேன். அந்த நண்பரோ, இராணுவத்தில் பணியாற்றிக் கொண்டிருந்தார். அவரும் அதே சமயத்தில் ஊருக்கு வந்து இருந்தார்.

ஒரு நாள் இனிய மாலை வேளையிலே, எங்கள் பழைய நண்பர்கள் எல்லாம் ஒன்றுகூடிப் பேசிக்கொண்டிருந்தோம். அந்த நண்பரோ எங்களை எல்லாம் மது அருந்துவதற்கு வற்புறுத்துகிறார். சில நண்பர்கள் ஒத்துக்கொண்டனர். நானோ, எனக்குப் பழக்கமும் இல்லை. பழக விருப்பமும் இல்லை என்று மறுத்துவிட்டேன். அதற்கு அந்த நண்பர் "நீயெல்லாம் ஒரு ஆம்பளையா? இத்தனை வருசம் வட இந்தியாவில் இருந்தும் ஒரு பிரயோஜனமும் இல்லை. குடிப்பழக்கம் கிடையாது, புகைப்பழக்கம் கிடையாது. நீயெல்லாம் வேஸ்டுடா. உன்னையெல்லாம் என் நண்பன்னு சொல்லவே அசிங்கமா இருக்குது" என்று தாறுமாறாகப் பேச ஆரம்பித்துவிட்டார். எனக்கு வந்ததே கோபம். "போடா நீயும் உன் நட்பும். குடிச்சாத்தான் நண்பன், புகைபிடிச்சாத்தான் நண்பன்னா, எனக்கு அப்படிப்பட்ட ஒரு நண்பனே வேணாம்" என்று சொல்லிட்டு, அன்னிக்கு விட்டது தான் அந்த நட்பை. தவறு. அதை நட்பென்று சொல்லி நட்பையே அசிங்கப்படுத்தக்கூடாது. இன்று வரை எந்தத் தொடர்பும் கிடையாது. 'துஷ்டனைக் கண்டால் தூரவிலகு' என்று சொல்வார்களே. அதுபோலத்தான்.

கூடா நட்பு:

நீட்டிய பூங்கொத்தில் அரவமும்
குலுக்கிய கைகளில் கத்தியும்
விழும் வார்த்தைகளில் விஷமும்
பேசும் பேச்சினில் பயன்பெறவும்
பயந்த பார்வையில் பகையும்
கொண்ட நட்பெனும் முகமூடியை நம்பிடாதே!!

தோள் கொடுப்பான் தோழன்

நண்பன் தான் உற்ற துணை என்று சொன்னேன். நண்பன்தான் உன் வெற்றிக்கு வழிவகுப்பவன் என்றும் சொன்னேன். நண்பன் தான் உன் வாழ்க்கைத்துணை என்றும் சொன்னேன். அதற்காக நண்பனே உன் வாழ்க்கை என்று சொல்லவில்லை. வாழ்வில் நிறைய நண்பர்கள் வருவார்கள், போவார்கள். சிலர் பள்ளிப்பருவத்தில் சிறந்த நண்பர்களாக இருப்பார்கள். பள்ளிப்படிப்பு முடிந்தவுடன், அழுதுவடிந்து, "நீ இல்லேன்னா என் வாழ்க்கையே இருண்டுடும்" என்று சொல்லி "ஓவென்று" கதறும் மாணவர்களையும் பார்த்து இருக்கிறேன். நான் பள்ளிப்படிப்பை முடிந்தவுடன், இதோ இன்று கடைசிநாள், என்று சொன்னபோது கலங்கவில்லை. அழவில்லை. மாறாக, "இது வாழ்க்கையின் அடுத்த அத்தியாயம், வெற்றி என்றும் உங்களுடையதே" என்று சிறு புன்னகையுடன் வாழ்த்து சொல்லிவிட்டு வாழ்வின் அடுத்த கட்டத்தை நோக்கி நகர்ந்தேன். பிரிவிலும் ஒரு தனி சுகம் என்று எடுத்துக் கொள்ளவேண்டும். அடுத்து கல்லூரி படிப்பை தொடரும் பொழுது, அங்கும் ஒரு நண்பன் கிடைப்பான். உற்ற நண்பன், சிறந்த நண்பன். உங்களை வெற்றியாளனாக மாற்றுவான். நீங்களும் அவனுடைய வாழ்வில் ஒரு மாற்றத்தை கொண்டு வருவீர்கள்.

சில சமயம், உங்கள் உயிர் நண்பர்களின் இறப்புச் சம்பவம் ஒரு பெரிய ஏமாற்றத்தைக் கூட கொடுக்கும். கலங்கக்கூடாது. அப்படி என் வாழ்க்கையில் நடந்த ஒரு சம்பவத்தை உங்களுக்குச் சொல்லப்போகிறேன்.

ஆருயிர் நண்பன்

நான் சென்னையில் பணியாற்றிக் கொண்டிருந்த தருணம். எனது வீட்டிற்கு அருகில், வங்கியில் பணிபுரியும் ஒரு மேலாளர் இருந்தார். அவர் பெயர் கணேசன். அவருக்கு ஒரு மகனும், மகளும் இருந்தார்கள். மகனுடைய பெயர் தினேஷ். மகளுடைய பெயர் கயல். ரெண்டு பேருமே படிப்பிலும் சரி, விளையாட்டிலேயும் சரி, பாடுவதிலும் சரி. படு கெட்டிக்காரர்களாக இருந்தார்கள். குறிப்பா சொல்லணும்னா, தினேஷ் LKG முதல்லே இருந்தே முதல் மார்க்கு தான். 95-மதிப்பெண்களுக்கு கீழ என்ன இருக்குனே தெரியாது தினேஷுக்கு. கிட்டத்தட்ட தினேஷ் 7-ஆம் வகுப்பு படிக்கும் போது இருந்தே நல்லா தெரியும். நானும் அவங்க அப்பா கணேசும் காலை நேரத்துல நடைப்பயிற்சி செய்யுறது வழக்கம்.

ஒருநாள், "அய்யப்பன் சார், என் பையன் ரொம்ப நல்லா படிக்கிறான். +2 -ல 1200-க்கு 1190 மார்க்கு வாங்கியிருக்கான். இஞ்சினியரிங் படிக்கணும்குறது அவனோட ஆசை. அதுதான் அவனோட கனவும். எப்பப் பாத்தாலும் கலாம் ஐயா மாதிரி வரணும். ராக்கெட் விடணும்னு அவன் சொல்லிக்கிட்டே இருப்பான். எந்த காலேஜில என்ன பிரான்ஞ் படிக்கலாம்னு சொல்லுங்க" என்றார்.

நானும், "நல்ல மார்க் வச்சிருக்கான். ராக்கெட் சயின்ஸ்ல ஆசை இருக்குன்னா, கண்ணமூடிக்கிட்டு நம்ம சென்னையில் இருக்கிற MIT-லேயே போட்டுருங்க.

நல்லா படிச்சா, வித்தியாசமா ஏதாவது கண்டுபிடிச்சா, *ISRO* அல்லது *HAL* போன்ற இடத்தில நல்ல வேலையும் கெடச்சிடும்" என்று எனக்கு தெரிஞ்ச ஒரு வழியைச் சொன்னேன். அவரும் ஒத்துக்கொண்டார்.

திணேஷுக்கு ஒரு நல்ல நண்பர், சின்ன வயசிலே இருந்து ஒன்னா படிச்ச நண்பர் ஒருத்தர் இருந்தார். அவரோட பேரு மகேஷ். அவரும் நல்லா படிக்கக்கூடிய மாணவர் தான். அவரும் கிட்டத்தட்ட அதே மார்க் தான். இரண்டு பேரும் ஒன்னா *MIT*-லேயே சேர்ந்து, ஏரோனாட்டிக்ஸ் படிப்பையே தேர்ந்தெடுத்தாங்க. பிறகு கல்லூரி வாழ்க்கை ரொம்பவே சுவாரஸ்யமாகவே போயிகிட்டு இருந்துச்சி. இரண்டு ஆண்டு படிப்பும் முடிஞ்சது. எல்லா செமஸ்டரிலேயும் தினேஷ் தான் முதல் மதிப்பெண். செமினாருன்னு சொன்னாலே தினேஷு தான் முதல்ல நிப்பான். வெற்றியும் பெறுவான். மகேஷ் எப்பவுமே அவன் கூடவே தான் இருப்பான்.

மூன்றாவது வருசமும் முடிஞ்சது. எப்பவும் போல காலை வாக்கிங் போகும் போது, கணேசன் அய்யாகிட்ட ஒருவிதமான கலக்கம். மனசு முழுக்க ஏதோ பாரத்த சுமக்குற மாதிரி தெரிஞ்சது. உடனே நான் "என்னாச்சு கணேசன் சார். எப்பவும் கலகலன்னு இருப்பீங்க. கொஞ்ச நாளா வாக்கிங்கும் வர்றதில்லை. என்னாச்சு உங்களுக்கு? ஏதாவது உடம்புக்கு பிரச்சினையா?" என்று நான் கேட்க, அதுக்கு அவரு "அப்படி எல்லாம் ஒன்னும் இல்ல. என்னவோ தெரியல. கொஞ்ச நாளா தினேஷோட நடத்தையே சரியில்லை. படிக்கவும் மாட்டேங்கிறான். நண்பர்களோட சேர்ந்து தண்ணியடிக்க ஆரம்பிச்சுட்டான். காலேஜில போயிக்கேட்டா, இப்ப எல்லாம், தினேஷ் ஒழுங்கா

காலேஜ்க்கே வர்றதில்லை. நாலு பாடத்தில அரியர் வேற வாங்கி இருக்கான். அவனுக்கு ஏதோ கெட்ட நண்பர்களின் சகவாசம் இருக்குமோன்னு சந்தேகமா இருக்கு என்று வாத்தியாரு சொல்றாரு. எனக்கு என்ன பண்றதுன்னே தெரியல" என்றார் கலங்கிய இதயத்தோடும், கண்ணீர் மல்கிய கண்களோடும்.

உடனே அவரை நான் சமாதானப்படுத்துவதற்காக, "சரி விடுங்க சார். அதெல்லாம் சரியாப்போயிடும். காலேஜ்க்கு போகும் போது சில நல்ல நண்பர்களும் இருப்பாங்க. கெட்டவங்களும் இருப்பாங்க. நீங்க கவலைப்படாதீங்க." என்றேன்.

அதுக்கு அவரு "இல்ல. இது அவனோட வாழ்க்கை. அவனோட கனவு. அதெல்லாம் மறந்திட்டு இப்படி பண்றானே. அதுதான் எனக்குப் புரியல" என்றார். அவரை சற்றே ஆசுவாசப்படுத்தி, "நீங்க ஒன்னு பண்ணுங்க. நாளைக்கு வாக்கிங் வரும் போது தினேஷையும் கூட்டிட்டு வாங்க. நான் வேணும்னா பேசிப்பாக்கிறேன்" என்று சொல்ல, "நான் வேண்டாம். தினேஷ மட்டும் அனுப்புறேன். நீங்க தனியா பேசுனாத்தான் அவன் மாறுவான்" என்றார். நானும் ஒப்புக்கொண்டவாறு வீட்டிற்கு கிளம்பினேன்.

மறுநாள் காலை, விடிந்ததும் தினேஷ் வருவான் என்று எதிர்பார்த்தேன். ஆனால் அவன் வரவில்லை. அவனுடைய வீட்டிற்கே சென்றேன். கணேசன் என்னைப் பார்த்ததும் "நான் எவ்வளவோ சொல்லியும் அவன் கேட்க மாட்டேங்கிறான். சரி பாத்துக்கலாம்" என்றார். நானே அவருடன் வீட்டிற்குள் சென்று, தினேஷை எழுப்பினேன். அவனோ "என்ன அங்கிள். என்னை ஏன் தொந்தரவு பண்றீங்க?" என்றான். நானும் விடவில்லை. பதிலுக்கு தமாசா "உங்க அப்பாவோட

வாக்கிங் போயி போயி போரடிச்சுப்போச்சு. உன்னைய மாதிரி Genius கூட பேசிக்கிட்டே போனா, எனக்கு கொஞ்சம் நல்லா இருக்கும். அதனால தான் கூப்பிட்டேன். விருப்பம் இல்லேன்னா விட்டுடு" என்று சொல்லிவிட்டு வெளியே செல்வது போல நடித்தேன்.

அவனோ, "சரிங்க அங்கிள். நானே வரேன். ஒரு அஞ்சு நிமிஷம்" என்று சொல்லிவிட்டு பாத்ரூமுக்குள் சென்றுவிட்டான். திரும்ப வந்தவுடன், என்னுடன் சேர்ந்து வாக்கிங் வந்தான் தினேஷ். பேசும் போதே ரொம்ப பொறுமையா, கொஞ்சம் கூட தடுமாற்றமே இல்லாம, ஒவ்வொரு கேள்வியா கேட்க ஆரம்பிச்சேன். "என்ன தினேஷ். Final Year-ல என்ன ப்ராஜெக்ட் பண்ணப்போற?" என்று கேட்க, "அடப்போங்க அங்கிள். படிப்பாவது, ப்ராஜெக்டாவது. அதுல எல்லாம் எனக்கு விருப்பம் இல்ல அங்கிள்" என்றான். "என்ன தினேஷ், கலாம் அய்யா மாதிரி ஒரு பெரிய சாதனை விஞ்ஞானியா நீ வருவேன்னு நெனச்சேன். அப்ப கனவெல்லாம் வேஸ்டா?" என்று நான் கேட்டுமுடிக்கும் முன்னே, "வாழ்க்கையே வேஸ்ட் அங்கிள்" என்றான். எனக்கு ஷாக் அடிச்சமாதிரி இருந்திச்சு. எதனால இந்த பையன் இப்படிச் சொல்றான்னு என்னால புரிஞ்சுக்கிடவே முடியல. கொஞ்ச நேரம் நானும் எதுவும் கேட்கல. அவனும் எதுவும் பேசல. நடந்து கொண்டே இருந்தோம். திடீரென விம்மி விம்மி அழ ஆரம்பித்தான் தினேஷ். "என்ன தினேஷ், எங்கிட்ட ஏதாவது சொல்லணும்மா?" என்றேன் சூட்சுமமாக. ஒரு மரத்தடியில் அமர்ந்தோம். தினேஷ் சற்று நிதானித்தவனாய், கண்ணீர் வழியும் அவனுடைய கண்களைத் துடைத்துகொண்டே, என்

கைகளைப் பற்றிக்கொண்டான். எனக்கு எதுவும் புரியவில்லை. ஆனால் இவனுக்குள் ஏதோ ஒரு பெரிய பூகம்பம் ஒளிந்திருக்குது. மனசைப் போட்டும் உலுக்கும் ஆறாத்துயரம் ஏதோ இருக்கிறது என்பதை மட்டும் என்னால் உணரமுடிந்தது.

நான் தினேஷின் கைகளைப் பற்றிக்கொண்டு, "உன்னைவிட நான் வயதில் பெரியவன் தான். முடித்தால் என்னை உன்னுடைய சிறந்த நண்பனாக ஏற்றுக் கொள்வாயா?" என்று கேட்க, "வேண்டாம் அங்கிள், நண்பனே வேண்டாம். நான் என்னோட நண்பன் மகேஷ இழந்ததே போதும்" என்றான். அப்போது தான் எனக்கு சற்று உண்மை புரிந்தது. "மகேஷுக்கு என்ன ஆச்சு?" என்று நான் கேட்க, "போன லீவுல, மகேஷ் அவங்க பாட்டி ஊருக்கு போனபோது ஒரு ஆக்சிடெண்ட்ல இறந்துட்டான் அங்கிள். எனக்கு உயிருக்கு உயிரா இருந்த என் நண்பனே இறந்த பிறகு நான் ஏன் உயிர் வாழணும். எங்க அம்மா, அப்பாவுக்காக வாழுறேன். அவ்வளவு தான்" என்றான் அந்த துயரச் சம்பவத்தை கொட்டித் தீர்த்தவனாக.

"தினேஷ், உன் நண்பன், உன் ஆருயிர் நண்பன், உனக்காகவே வாழ்ந்த நண்பனோட ஆசை என்னவாயிருக்கும். நீயும் அவனை மாதிரியே செத்துப்போகனும்னா? இல்ல. நீ விருப்பப்பட்டபடி, கலாம் ஐயா போல ஒரு ஏரோனாட்டிக்ஸ் சயிண்டிஸ்டா இந்த உலகத்துல வலம் வரணும்னு எவ்வளவு கனவு கண்டிருப்பான். உங்க அம்மா, அப்பா, தங்கை எல்லோரையும் நெனச்சி பாரு. உன் வாழ்க்கை உன் கையில தான். ஒரு உன்னத நண்பனை இழந்திட்ட. அவனைப்போலவே இன்னொரு நண்பனைத் தேடு. நீ கண்டுபிடிக்கிற நண்பனுக்குள்ள உன் மகேஷை

தேடு. இப்படி உன் வாழ்க்கைய தொலைச்சிட்டா, உன் நண்பனோட ஆன்மா சாந்தியடையுமா? யோசித்துப்பாரு. உன்ன நீதான் தேத்திக்கணும். வாழ்க்கையில் நீ ஜெயிக்கணும். சாதிக்கணும். அது தான் உன்னுடைய இன்னொரு நண்பன் இந்த அய்யப்பனோட ஆசை" என்று ஆவேசமாக சொல்லி முடிக்கும் போது, அவன் கண்களில் ஒரு ஒளியைக் கண்டேன். ஒரு தன்னம்பிக்கையைக் கண்டேன். தினேஷுக்குள் ஒரு மகேஷைக் கண்டேன். வாக்கிங் முடித்து வீட்டிற்கு திரும்பினோம்.

இதுவரை இல்லாதது போல, அவன் கல்லூரிக்குக் கிளம்பினான் கை நிறைய புத்தங்களுடனும், அவனுடைய கனவுகளுடனும். முடிவில் வெற்றியும் பெற்றான். முதலில் அரியர் பாடங்களை எல்லாம் ஊதித்தள்ளினான். சூப்பரா ப்ராஜெக்ட் ஒன்றைச் செய்து, கல்லூரி அளவில் விருதும் பெற்றான். இப்போது அவனுடைய நண்பர் மகேஷின் ஆசியுடனும், இந்த நண்பர் அய்யப்பனுடைய அன்பினாலும், அவனுடைய தாய் தந்தையரின் கருணையாலும், HAL என்ற ஆராய்ச்சிக்கூடத்தில் ஒரு விஞ்ஞானியாகப் பணியாற்றிக் கொண்டு இருக்கிறார். கூடிய விரைவில் மீண்டும் ஒரு அப்துல் கலாமாக உருவாகுவார் என்ற நம்பிக்கையும் எனக்கு இருக்கிறது.

ஆருயிர் நட்பு:

ஒரு கூட்டுக் கிளிகளில் ஒன்றிழந்ததும் -- அதன்
ஒலிகள் ஒழிந்திடுமோ!!
முள்ளில் மலர்ந்த மணி மலரே -- நீ
உதிர்ந்தால் உலகிருண்டிடுமோ!!
உன் உயிராய் நான் உலவி -- உன்
உன்னதத்தை உணர்த்துவேனடா....!!

என்ற கவிதை வரிகள் என்னை நெருடவே செய்கின்றன. என்ன நண்பர்களே, இது கதையல்ல. நிஜம். உண்மை முதலில் கசந்தாலும், பின்னர் அமுது போன்று இனிக்கவே செய்யும். நல்ல நண்பர்களைத் தேடும் பணியை தொடங்கலாமா? என்னுடைய "இப்படித்தான் ஜெயித்தேன் - வெற்றியின் இரகசியம்" என்ற தலைப்பில், இடம் பெற்ற நான்காவது அத்தியாயத்தில், ஐந்து "P"-யில் முதல் "P", அதாவது People - நல்ல சேர்க்கை, ஒவ்வொருவர் வெற்றிக்கும் அடித்தளம் என்பதை உணர்ந்திருப்பீர்கள் என்று நம்புகிறேன். நல்லது. அடுத்தது என்னவென்று பார்ப்போமா? வாருங்கள்.

Planning - திட்டமிடுதல்

வெற்றிக்கு வித்திடும் அடுத்த படி P - Planning, அதாவது திட்டமிடுதல். இந்த திட்டமிடுதல் என்பதை வெற்றியின் அச்சாணி என்றுகூட சொல்லலாம். திட்டமிடுதல் என்பது ஏனோதானோ என்று, ஏதோ கடனுக்காக இருக்கக்கூடாது. மிகத்துல்லியமாக திட்டமிடுதல் (Micro-Level Planning) மிகமிக அவசியம். உதாரணத்திற்கு, நாம் சென்னையில் இருந்து ஒரு மூன்று நாள் பயணமாக மதுரை செல்லவேண்டும் என்று வைத்துக்கொள்ளலாம். இதற்காக எத்தனை திட்டங்கள் போட வேண்டும் தெரியுமா? முதலில், என்று, எப்பொழுது பயணத்தை தொடர வேண்டும், எப்போது திரும்ப வேண்டும் என்பதனை தீர்க்கமாகத் திட்டமிட வேண்டும். பின்னர் பயணம் எப்படி செய்யவேண்டும் என்பதை தீர்மானிக்கவேண்டும். ஏரோபிளேனில் செல்லவேண்டுமா? அல்லது இரயில் வண்டியில் செல்ல வேண்டுமா? அல்லது பேருந்தில் அல்லது சொகுசுக் காரில் பயணம் செய்யவேண்டுமா

என்பதைத் திட்டமிடவேண்டும். பின்னர் எத்தனை நாள் பயணம் என்பதற்கிணங்க, நிகழ்ச்சிக்குத் தகுந்தாற்போல உடைகளைத் திட்டமிட வேண்டும். என்ன என்ன பொருட்களை எடுத்துச்செல்லவேண்டும். லேப்டாப், மொபைல், மொபைல் சார்ஜர், மருந்து மாத்திரைகள் என்று திட்டமிட வேண்டும். பயணத்திற்கு எப்படி முன்பதிவு செய்யவேண்டும் என்பதையும் திட்டமிட வேண்டும்.

சும்மா, அப்படியே பேக்கை தூக்கிக்கொண்டு, பஸ் ஸ்டாண்டில் நின்றுகொண்டு, மதுரைக்குப் போகவேண்டும் என்றால் போய்விடமுடியுமா? முடியாது. சாதாரணமான மூன்று நாள் பயணத்திற்கே இவ்வளவு திட்டமிடுதல் தேவைப்பட்டால், வாழ்க்கை என்னும் நீண்ட நாள் பயணம் தொடர திட்டமிடாமல் வாழமுடியுமா? இல்லை; திட்டமிடாத வாழ்க்கைதான் வெற்றிப்பாதையை காட்டுமா? வெற்றியாளர்கள் பலரின், வாழ்க்கைச் சரிதத்தை கேட்டால், எந்த அளவிற்குத் திட்டமிட்டு இருப்பார்கள் என்று தெரியும். வெற்றியின் ஆணி வேராக இருப்பதே திட்டமிடுதல் தான். காமெடி நடிகர் வடிவேலு படத்தில் சொல்லுவது போல், "எதையும் பிளான் பண்ணித்தான் செய்யணும்", அதுதான் வெற்றி இலக்கை எளிதில் அடைய வழி காட்டும். எனவே தான் சொல்கிறேன்! வெற்றிக்கு ஆதாரமாக இருப்பது சிறந்த திட்டமிடும் பழக்கமே.

பரீட்சைக்குப் படிக்கும்போது கூட, எந்தப் பரீட்சை என்று வருகிறது? எந்தெந்தப் பாடங்களை எப்பொழுது படிக்க வேண்டும்? எப்படி படிக்கவேண்டும் என்று திட்டமிட்டால் தான் பரீட்சையில் பாஸ் ஆகமுடியும். பிளானிங்கே இல்லாம படிச்சா, முட்டை மார்க் கன்ஃபார்ம் தான். ஒரு ஆசிரியர் பாடம் நடத்த

வேண்டுமென்றால், எந்தப் பாடத்தை எப்பொழுது, எப்படி நடத்த வேண்டும் என்ற திட்டமிட்டு நடத்தினால் தான் அதன் முழுப்பலனும் கிடைக்கும்.

ஒரு குடும்பத்தின் தலைவி, ஒரு வாரம் முழுக்க என்னென்ன சமைக்க வேண்டும், என்ன காய்கறிகள் வாங்க வேண்டும், எப்படி, எந்தெந்த நேரத்தில் சமைக்கவேண்டும் என்று திட்டமிடாவிடில், சமையல் அவ்வளவுதான். வீட்டுச் சாப்பாட்டுக்குப் பதில் கடைச்சாப்பாடு தான் கிடைக்கும். அப்புறம் கேன்சர், அல்சர் போன்ற நோய்களுக்கு மருத்துவம் பார்க்க மருத்துவமனைக்கு ஓடவேண்டியது தான்.

கார் உற்பத்தி செய்யும் ஒரு கம்பெனியை உதாரணத்திற்கு எடுத்துக்கொள்ளலாம். ஒரு காரை உருவாக்க எத்தனை திட்டமிடல் வேண்டும் தெரியுமா? காரின் உதிரிப்பாகங்களை எங்கிருந்து வாங்க வேண்டும். எப்பொழுது, எப்படி வாங்க வேண்டும் என்று திட்டமிட வேண்டும். பின்னர் கார் பாகங்களை இணைத்து காரை உருவாக்க எத்தனை வேலையாட்கள் தேவைப்படும் என்பதையும் திட்டமிட வேண்டும். உருவாக்கிய கார்களை உரிய நேரத்தில் கொண்டு போய் சேர்க்க எத்தனை திட்டமிடல்கள் அவசியம் என்பது புரியும். சரியானபடி குறித்த நேரத்தில் உதிரிப்பாகங்களை கொண்டுவர திட்டமிடவில்லை என்றால், மிகுந்த பண நஷ்டமும், மன உளைச்சலும் தான் மிச்சமாகும்.

"திட்டமிடத் தவறுபவர்கள் தோல்வி அடைவதற்குத் திட்டமிடுகிறார்கள்" என்று பதினெட்டாம் நூற்றாண்டில் அமெரிக்காவில் வாழ்ந்த பெஞ்சமின் ஃபிராகளின் என்ற அறிஞர் கூறுகிறார். "எந்தச் செயலையும் செய்யத் தொடங்குவதற்கு முன், நன்கு சிந்தித்து ஒரு

முடிவுக்கு வந்து, அதன்பின் தொடங்க வேண்டும். அவ்வாறல்லாமல் தொடங்கியபின் அதுபற்றிச் சிந்தித்துக் கொள்ளலாம் என்பது தவறு" என்கிறார் வான்புகழ் வள்ளுவன்.

"எண்ணித் துணிக கருமம் துணிந்தபின்
எண்ணுவம் என்பது இழுக்கு" - திருக்குறள் 467

திட்டமிடுதலை இரண்டு வகையாகப் பிரிக்கலாம். அதை ஆங்கிலத்தில் MACRO Level Planning & MICRO Level Planning என்று சொல்வார்கள். அதாவது, மேலோட்டமாக திட்டமிடுதல் மற்றும் துல்லியமாக திட்டமிடுதல் என்று பொருள் கொள்ளலாம். ஒரு விஷயத்தை முதன்முதலில் அணுகும்போது 'மேலோட்டமாக திட்டமிடுதல்' போதுமானதாகும். ஆனால், சற்று அந்த விஷயத்தில் இறங்குவதற்கு முன்னர், துல்லியமாக, மிகத்துல்லியமாக 'திட்டமிடுதல்' மிக மிக அவசியமான ஒன்றாகும்.

என்னுடைய பதினெட்டு வயதில் தொடங்கியது என் திட்டமிடுதல் பணி. நான் விளையாட்டுக்குச் சொல்லவில்லை. உண்மையிலே நடந்தது. அரசுப்பணியில் சேர்ந்த அந்த பதினெட்டு வயதில் தொடங்கி, எழுபது வயது வரை வாழ்ந்தால், எந்தெந்த வயதில் என்ன செய்யவேண்டும் என்பதை அப்போதே திட்டமிட்டுத் தீர்மானித்தேன். இருபத்து ஐந்து வயதுக்குள் B.E. படிப்பை பகுதிநேர படிப்பாக படிக்கவேண்டும். படிப்பில் தங்கப்பதக்கம் பெற வேண்டும். முப்பது வயதுக்குள் திருமணம் செய்து கொள்ளவேண்டும். முப்பத்து ஐந்து வயதிற்குள் M.E. படிப்பை தங்கப் பதக்கத்துடன் ஜெயிக்கவேண்டும். அதே நேரத்தில் விஞ்ஞானிகளுக்கு வழங்கப்படும்

சிறந்த விருதான சர்.சி.வி.இராமன் விருதையும், இளம் விஞ்ஞானிக்கான விருதையும் என் கண்டுபிடிப்புகள் மூலம் பெற வேண்டும். நாற்பது வயதிற்குள் எனது கண்டுபிடிப்புகளுக்கான காப்புரிமைகள், மற்றும் விருதுகளைப் பெற வேண்டும். ஐம்பது வயதிற்குள், டாக்டர் பட்டம் பெற்று, Mr. அய்யப்பன் டாக்டர் அய்யப்பனாக மாறவேண்டும். அறுபது வயதிற்குள் நோபல் பரிசுக்கான கண்டுபிடிப்புகளை உருவாக்க வேண்டும். அறுபது வயதில் பணி ஓய்வு பெற்று, இந்தியாவிலே இதுவரை இல்லாத வகையில் ஒரு தனிச்சிறப்புமிக்க ஒரு பயிலகத்தை உருவாக்க வேண்டும். நிறைய வேலைவாய்ப்புகளை உருவாக்கித்தரும் அந்தப் பயிலகத்தை வளர்த்து நல்ல பெயர் வாங்க வேண்டும். வருடந்தோறும் குறைந்து நூறு தொழில்முனைவர்களை, இந்தியாவின் சிறந்த தொழில் அதிபர்களாக நம் தாய்நாடாம் இந்தியாவிற்காக உருவாக்கித்தர வேண்டும். அறுபத்து ஐந்து வயதிற்கு பிறகு எழுபது வயது வரை இசைத்துறையில் இறங்கி, இசை மூலம் நோய்க்கு மருந்து கண்டறிய வேண்டும். அதற்கு மேல் இருந்தால் இந்த சமுதாயத்திற்கு எந்தவித பாரமுமின்றி, நிம்மதியாக வாழ வேண்டும்.

இப்போது என் வயது 50. இதுவரை நான் திட்டமிட்டபடியே மிகச்சிறப்பாக நடந்து கொண்டிருக்கிறது. நான் திட்டமிட்டபடியே எனது ஐம்பதாவது வயதிற்குள் முனைவர் பட்டமும் பெற்றுள்ளேன். இன்னும் சாதிப்பது என்பது திட்டமிட்டபடியே தொடரும் என்ற நம்பிக்கையும் எனக்கு இருக்கிறது. திட்டமிட்டு எதைச்செய்தாலும், அதன் முடிவு வெற்றி தான் என்பதை என் வாழ்நாளில் உணர்ந்தவன் நான். "உலகின் தலைசிறந்த சொல் - செயல்"

என்பார்கள். அதற்கிணங்க, நான் சொல்வதோடு மட்டுமல்லாது, செய்தும் காட்டுவது என் பழக்கம். எனவே தான் சொல்கிறேன்! P என்ற Planning, திட்டமிடுதல் வெற்றிக்கு அச்சாணியாக இருக்கும் என்பதில் சந்தேகம் ஏதுமே இல்லை என உணர்த்தும் ஒரு கவிதை.

திட்டமிடுதல்:

திட்டமிடாத இலக்கு நிராசை...
திட்டமிடாத வெற்றியே அதிர்ஷ்டம்...
திட்டமிடாத தேடல் வெறும்கனவு...
திட்டமிடாத பயணம், தீர்வில்லா தோல்வி...
திட்டமிடுவோம்!! தீர்வு காண்போம்!!

Preparation - தயார்படுத்துதல்

முதல் P stands for People, அதாவது நல்ல சேர்க்கை; இரண்டாவது P stands for Planning, அதாவது திட்டமிடுதல். அடுத்தபடியாக வருவது மூன்றாவது P - 'P' stands for Preparation என்று சொல்லப்படுகின்ற தயார்படுத்துதல் என்பதாகும். ஒரு விஷயத்தை துல்லியாக திட்டமிட்டால் மட்டும் போதாது. திட்டமிட்டபடி அதனைச் செய்து முடிக்கத் தேவையான விஷயங்களைத் தயார்படுத்துதல் மிகமிக அவசியமானதான ஒன்றாகும்.

நீங்கள் திட்டமிட்டபடி மிகச் சரியாக அதனை செயல்படுத்த வேண்டுமென்றால், தயார்படுத்துதல் என்பது மிகமிக இன்றியமையானது. சிலர், நல்லபல திட்டங்களை உருவாக்குவார்கள். ஆனால் அதனை சரிவர செயல்படுத்த முடியாமல் போவதற்கு ஒரு முக்கியமான காரணம், அவர் தவறவிட்ட ஒரு விஷயம் தயார்ப்படுத்துதல் என்றால் அது மிகையாகாது. அதனால்தான் சொல்கிறேன். சின்னகலைவானர்

என்றழைக்கப்பட்ட நடிகர் விவேக் சொல்வது போல "ஏலே, திட்டம் போட்டா மட்டும் பத்தாது, அதை நல்ல முறையில் செயல்படுத்தனும்னா தயார்படுத்துதலும் ரொம்ப ரொம்ப முக்கியம். புரிஞ்சதா".

Performing - செய்து முடித்தல்

அடுத்து நான்காவது P - Perform; அதாவது செயல்பாடு அல்லது செய்து முடித்தல் என்பதாகும். திட்டமிடுதலும், தயார்ப்படுத்தலும் எந்த அளவிற்கு முக்கியமோ அதே அளவிற்கு முக்கியமானது செயல்பாடு. எந்த ஒரு செயலைச் செய்ய நினைத்தாலும், முதலில் அதை துல்லியமாகத் திட்டமிட்டு, அதற்கான தேவைகளை தயார்ப்படுத்தினால் அந்தச் செயலின் முடிவு கண்டிப்பாக வெற்றியைத்தான் தரும். திட்டமிட்டபடி, தயார்ப்படுத்தி ஒரு செயலைச் செய்யும் போது, வெற்றி என்பது சுலபமாக கிடைக்கும் ஒரு கனியாகவே இருக்கும். சிலபல இடையூறுகள் வந்தாலும், முடிவில் வெற்றி நமக்குத்தான் கிடைக்கும். இந்த மூன்று P-யானது, அதாவது Plan, Prepare and Perform (திட்டமிடுதல், தயார்ப்படுத்துதல் மற்றும் செயல்படுத்துதல்) என்பது உடன்பிறந்த சகோதரர்கள் போல. எப்போதும் இணைந்தே இருந்தால் வெற்றி நிச்சயம்.

முன்னே கூறியது போலே, ஒரு ஊருக்கு நாம் செல்கிறோம் என்றால், எவ்வளவு திட்டமிடுகிறோம். தீட்டிய திட்டத்தின்படி, பயணத்திற்குத் தேவையான வழிமுறைகளை கண்டறிந்து, பயணத்திற்கு முன்கூட்டியே, பயணச்சீட்டுக்களைப் பதிவு செய்கிறோம். தேவையான துணிமணிகள், அத்யாவசிப்பொருட்கள் எல்லாவற்றையும் எடுத்து தயார்நிலையில் வைக்கிறோம். பயணத்திற்குத் தேவையான உணவுப் பதார்த்தங்களைத் தயார்செய்து வைக்கிறோம். பின்னர்

அதை செயல்படுத்தும் போது, எந்தவிதமான சிக்கலும் இன்றி, உங்கள் பயணமும் இனிமையாக இருக்கிறது. நீங்கள் எண்ணிச்செல்லும் காரியமும் வெற்றிகரமாகவே முடியும். அதானால்தான் சொல்கிறேன்! Plan பண்ணுனா மட்டும் போதாது; திட்டமிட்டபடி Prepare பண்ணனும், அதாவது தயார்ப்படுத்தனும். நல்லா திட்டமெல்லாம் போட்டுவிட்டு, அதற்குத் தேவையான எல்லா விஷயங்களையும் தயார் செய்துவிட்டு, அதை செயல்படுத்தவில்லை என்றாலும் எடுத்த காரியம் வெற்றி பெறாது.

அதேபோல, ஒரு பள்ளியில் பணிபுரியும் ஆசிரியர், மறுநாள் வகுப்பறையில் என்ன பாடம் நடத்தவேண்டும் என்பதை முன்னமே திட்டமிடுகிறார். பின்னர் அதற்குத் தேவையான புத்தங்களை ஒரு முறைக்கு, இரண்டு முறை படிக்கிறார். பின்னர் பாடம் நடத்துவதற்கு ஏதுவாக டிப்ஸ்களை தயார்ப்படுத்துகிறார். பாடம் நடத்தும் ஒரு வரைமுறையையும் உருவாக்குகிறார். திட்டமிட்டபடி, அவர் தயார் செய்து வைத்த பாடத்தை மாணவர்கள் முன்னர் செயல்படுத்தும் போது, அதாவது பாடம் நடத்தும்போது, புரியாத கணக்குப் பாடமாக இருந்தாலும், விளங்காத அறிவியல் பாடமாக இருந்தாலும், காதிலே நுழையாத ஆங்கிலப்பாடமாக இருந்தாலும், முரண்டு பிடிக்கும் இஞ்சினியரிங் பாடமாக இருந்தாலும் சரி, மிக எளிதில் புரியும். அப்படியே பசுமரத்தாணி போல மாணவர்கள் மனதில் பதிந்துவிடும். எப்போது கேட்டாலும், அப்படியே அவர்கள் மனக்கண் முன்னே ஓடும் அந்தப் பாடம். முடிவு, வெற்றி இரண்டு பேருக்குமே. அதாவது பாடம் கற்றுக்கொடுத்த ஆசிரியருக்கும் வெற்றி. பாடத்தை எளிமையாக புரிந்துகொண்ட மாணவர்களுக்கும் வெற்றி.

ஆதலால் தான் சொல்கிறேன்! ஆசிரியர்களே, நீங்கள் எத்தனை முறை ஒரு பாடத்தை நடத்தி இருந்தாலும், எத்தனை வருடம் அந்தப் பாடத்தை நடத்தி இருந்தாலும், ஒவ்வொருமுறையும் இந்த மூன்று P-யை கையாளும் பொழுது வெற்றி நிச்சயம் உங்களுக்குத்தான். Experience (அனுபவம்) வேறு Expertise (நிபுணத்துவம்) என்பது வேறு. வருடங்கள் ஓடினால் அனுபவம் வந்துவிடும். ஆனால் Plan, Prepare and Perform (திட்டமிடுதல், தயார்ப்படுத்துதல் மற்றும் செயல்படுத்துதல்) என்ற மூன்றையும் கையாண்டால் நிபுணத்துவம் நிறைந்த சிறந்த மனம்கவர் ஆசிரியர்களாக உங்களால் உருவெடுக்க முடியும். இது உறுதி.

நான் எந்தெந்த வயதில் என்னென்னவெல்லாம் சாதிக்க வேண்டுமென்று திட்டமிட்டேனோ, அதன்படி திட்டங்களுக்குத் தகுந்தாற்போல் என்னைத் தயார்ப்படுத்தவும் ஆரம்பித்தேன். ஒவ்வொரு நாளும் என் திட்டங்களுக்குத் தகுந்தாற்போல என்னைத் தயார்படுத்தி, பின்னர் செயல்படுத்தவும் தொடங்கினேன். இன்று வெற்றியும் கண்டு, என் வாழ்க்கையில் மகிழ்கின்றேன்.

செய்து முடித்தல்:

திரைகடலை சேர்க்கத் துடிக்கும்
திரவியத்தின் செயல் போல்...
கதிர்வீசி ஒளிரத் துடிக்கும்
கதிரவனின் செயல் போல்...
பிறைமுகத்தை மிளிரத் துடிக்கும்
பௌர்ணமியின் செயல் போல்...
எதையும் செய்து முடித்து சிறந்திடுவோம்!!

அதேபோல, நம் வாழ்க்கைப் பயணத்திற்குத் தேவையான ஒவ்வொன்றையும் மிகத் துல்லியமாகத்

திட்டமிடுங்கள். அடுத்து திட்டமிட்டபடி நடக்க தயார்ப்படுத்துங்கள். பின்னர் காரியத்தில் இறங்குங்கள். நினைத்ததை செயல்படுத்துங்கள். யாருக்குமே சொல்லாமல், யாருடைய பரிந்துரையும் இல்லாமல் வெற்றி என்னும் நண்பன் உங்கள் பக்கம் வந்து சேர்ந்துவிடுவான்.

Priority - முன்னுரிமை

அடுத்து வரும் 'P', ஐந்தாவது 'P', Prioritiy. தாய்மொழி தமிழில் "முன்னுரிமை" என்று சொல்வார்கள். நமது வாழ்க்கையில் ஒவ்வொரு காலகட்டத்திலும் ஒவ்வொரு விதமான செயலுக்கும் முன்னுரிமை கொடுக்கப்படுகிறது. தமிழிலே ஒரு அழகான பழமொழி ஒன்றைச் சொல்வார்கள். "காற்றுள்ள போதே தூற்றிக்கொள்". விவசாயம் செய்கின்ற விவசாயி, நெற்பயிர்க்களை அறுவடை செய்து, நெல் மணிகளை வைக்கோலில் இருந்து பிரித்து எடுக்கும் போது, முறத்தில் போட்டு பறக்கவிடுவார்கள். அதற்கு தூற்றிவிடுதல் என்றும் சொல்வார்கள். அப்படி பறக்கவிடும் போது, தூற்றும் போது, நெல் மணிகளைத் தனியே பிரித்து எடுத்துவிடலாம். அப்படி தூற்றும் போது காற்று இருந்தால்தான் அதை சிறப்பாக செய்ய முடியும். காற்று இல்லாத போது தூற்ற முடியுமா? எனவே தான் சொல்கிறார்கள். காற்றுள்ள போதே தூற்றிக்கொள் என்று. அதாவது, நமக்கு ஒரு நல்ல வாய்ப்பு கிடைக்கும் பொழுதே அதை சரிவர பயன்படுத்திக் கொள்ளவேண்டும் என்பதே அந்த பழமொழியின் விளக்கம். என்ன மாணவர்களே, நான் சொல்லவருவது புரிகிறதா உங்களுக்கு? கிடைக்கும்

வாய்ப்பினை நழுவவிட்டால், மீண்டும் அந்த வாய்ப்பு கிடைக்குமோ, கிடைக்காதோ, நமக்கே தெரியாது. ஏன் அந்த வாய்ப்புக்கே தெரியாது.

குழந்தைப்பருவத்தில் தாய்ப்பாலுக்கும், சத்துள்ள உணவிற்கும், உடல் ஆரோக்கியத்திற்கும் முன்னுரிமை கொடுக்கப்படுகிறது. பள்ளிப் பருவத்தில் கல்விக்கும், விளையாட்டிற்கும் முன்னுரிமை கொடுக்கப்படுகிறது. கல்லூரிப் பருவத்தில் கல்விக்கும், பணிசார்ந்த திறமைகளை வளர்த்துக் கொள்வதற்கும் முன்னுரிமை கொடுக்கப்படுகிறது. வாலிபப் பருவத்தில், திருமணத்திற்கும், மக்கள் செல்வத்திற்கும், சொந்த பந்தத்திற்கும் முன்னுரிமை கொடுக்கப்படுகிறது. குடும்பப் பருவத்தில் செல்வம் ஈட்டலும், மக்களை வளர்ப்பதிலும் முன்னுரிமை வழங்கப்படுகிறது. வயதான பருவத்தில் அன்பிற்கும், ஆதரவிற்கும் முன்னுரிமை வழங்கப்படுகிறது.

மாணவர்களாகிய உங்களுக்கு எது முக்கியம் என்று தீர்மானிப்பதுதான் முன்னுரிமை கொடுப்பது என்று நான் சொல்கிறேன். அதாவது படிக்கின்ற காலத்தில் படிப்பு ஒன்றே முக்கியம். அதற்கே மாணவர்கள் முக்கியத்துவம் கொடுக்கவேண்டும். அதற்காக உங்களுக்குப் பிடித்த விளையாட்டையோ, பாடுவதையோ, எழுதுவதையோ, வரைவதையோ, வேண்டாமென்று சொல்லவில்லை. அதை அப்படியே வேண்டாமென்று ஒதுக்கிவிடவும் நான் வற்புறுத்தவில்லை. படிப்பிற்கு முதலிடம் கொடுங்கள். மற்ற அனைத்துமே அப்புறம் என்றுதான் நான் சொல்கிறேன். உதாரணத்திற்கு, தினமும் கிரிக்கெட் விளையாடுவது உங்கள் பழக்கமாக இருக்கலாம். ஆனால் மறுநாள் தேர்வு இருக்கிறதென்றால், அன்று

கிரிக்கெட்டைத் தள்ளி வையுங்கள். எப்பொழுது வேண்டுமானாலும் கிரிக்கெட் விளையாடலாம். ஆனால் தேர்வு வரும்போது தான் வரும். அதை நாம் தள்ளிப்போடவும் முடியாது. இதைத்தான் "காற்றுள்ள போதே தூற்றிக்கொள்" என்று சொல்வார்கள்.

நாம் செய்யும் எந்த ஒரு செயலுக்கும், முன்னுரிமை கொடுத்தால் வெற்றி நிச்சயம் நமக்கு என்பதற்கு உதாரணமாக என் வாழ்வில் நடந்த ஒரு கதையை கூறுகிறேன்.

ஒருமுறை நான் சத்தியபாமா பல்கலைக்கழகத்தில் ME படித்துக்கொண்டிருந்த நேரம். இரண்டாம் ஆண்டில், மூன்றாவது செமஸ்டர் படித்துக் கொண்டிருந்தேன். செமஸ்டர் தேர்வுகள் தொடங்குவதற்கு முன்னமே, நான் மேலே கூறியது போல, திட்டமிட்டு, தயார்செய்து படித்துக் கொண்டிருந்தோம். நாங்கள் எப்பொழுதுமே ஒரு நான்கு, ஐந்து மாணவர்கள் சேர்ந்து தான் படிப்போம். மறுநாள் காலை, Digital Signal Processing (DSP) என்ற பாடத்தலைப்பில் தேர்வு நடைபெற இருக்கிறது. நானும் என் நண்பர்களும் இணைந்து தேர்வுக்குத் தயார்படுத்தி, படித்துக் கொண்டிருந்தோம்.

தேர்வின் முதல் நாள், என் உடன் பிறந்த சகோதரனின் முதல் மகளின் முதல் பிறந்த நாள் கொண்டாட்டம். என்னுடைய தம்பியோ என்னைப் பார்த்து, "அண்ணே! நீ அவசியம் வந்து பிறந்தநாள் விழாவில் கலந்து கொள்ளவேண்டும். நம் வீட்டில் நடக்கும் முதல் விழா. நீ கண்டிப்பாக வரவேண்டும்" என்று அன்புக்கட்டளை இட்டிருந்தான். விழா நடப்பது வட சென்னையில், வண்ணாரப்பேட்டையில் ஒரு கல்யாண மண்டபத்தில் மிகச்சிறப்பாக நடத்தத் திட்டமிட்டு எல்லா ஏற்பாடுகளையும் செய்து

இருந்தார்கள். நாங்களோ, தாம்பரம் அருகாமையில் உள்ள நன்மங்கலம் என்னும் இடத்தில் என் வீட்டில் இருந்தபடி படித்துக் கொண்டிருந்தோம்.

அந்த விழாவிற்குச் சென்று வருவதென்றாலே, குறைந்தது அரை நாளாவது ஆகும். பின்னர் விழாவில் கலந்து கொண்டால், விழா முடிந்து இரவில்தான் வீடு திரும்ப முடியும். நான் எப்பொழுதுமே, பரீட்சைக்கு முன்னமே படிக்கும் பழக்கம் இருந்ததால் எனக்கு ஒரு பிரச்சினையும் இல்லை. ஆனால், என் நண்பர்கள் குழு அன்று தான் படிப்பதாய் தீர்மானித்து இருந்தார்கள். நான் அவர்களுக்குப் பாடம் சொல்லிக் கொடுத்து கொண்டிருந்தேன். என் தம்பியிடம், "தம்பி! என்னால் பிறந்த நாள் விழாவிற்கு வரமுடியாது. தவறாக எடுத்துக் கொள்ளாதே" என்று நான் சொல்ல, அவனுக்கு கோபம் வந்தவனாய், "உனக்கு உன் மகளின் பிறந்தநாள் முக்கியமா? இல்லை உன் படிப்பு தான் முக்கியமா? என்று தீர்மானித்துக்கொள்" என்று சொல்லிவிட்டான்.

நானும் உரத்த குரலில், தெளிவான சிந்தனையுடன் "எனக்கு இப்போது என் படிப்புதான் முக்கியம். அதற்குத்தான் முன்னுரிமையும் கொடுப்பேன்" என்று சொல்ல, இருவருக்கும் பேச்சுவார்த்தை மீறி, கடைசியில் மனக்கசப்பே வந்துவிட்டது.

கிட்டத்தட்ட எட்டு மாதம் என் தம்பி என் கூட பேசவே இல்லை. *ME* படிப்பின் இறுதிக்கட்டம். தேர்வு முடிவுகளும் வெளியானது. கல்லூரியிலே முதல் மதிப்பெண்கள் பெற்று, பல்கலைக்கழகத்தின் தங்கப்பதக்கத்தையும் வென்றேன். குறிப்பாக *DSP* என்ற பாடத்தில் 100க்கு 98 மதிப்பெண்கள் பெற்று, சிறப்புப் பரிசும் பெற்றேன். விருதுகளை வழங்க,

ISRO-வின் சேர்மன், சிறந்த விஞ்ஞானி விருது பெற்ற விஞ்ஞானிகள், பாடகர் பத்மஸ்ரீ எஸ்.பி.பாலசுப்ரமண்யம், நடிகை கே.ஆர்.விஜயா, நடிகை எம்.என்.இராஜம் அவர்களுக்கும் கௌரவ டாக்டர் பட்டம் வழங்கும் அதே மேடையில், தங்கப்பதக்கதையும், விருதுகளையும் பெற்றேன்.

அந்த நிகழ்ச்சியை தொலைக்காட்சியில் காட்டிய போது, மனம் மகிழ்ந்து என் தம்பி கூறிய வார்த்தைகள் இன்றளவும் என் மனக்கண் முன்னே. "என் அண்ணன் சாதிக்கப் பிறந்தவர். உன்னைப் போன்று, படிக்கின்ற காலத்தில் படிப்புக்கு முன்னுரிமை கொடுத்தால் எல்லோருக்கும் வெற்றி நிச்சயம். எல்லோரும் சாதனையாளர்கள் தான்". பின்னர் வீட்டிற்கு வந்தவுடன் என்னை நேரில் பார்த்து "அண்ணே! என்னை மன்னித்துவிடு. உன்னைப்பார்த்தால் எனக்கு பெருமையாக இருக்கிறது. உன்னுடன் பிறந்திருக்கிறேன் என்று சொல்வதற்கே எனக்குப் பெருமையாக இருக்கிறது" என்று கூறினார். இந்த நேரத்தில், முன்னுரிமை பற்றிய ஒரு கவிதை கூறினால் அது மிகப்பொருத்தமாகவே இருக்கும் என நம்புகிறேன்.

முன்னுரிமை:

படிப்பிற்கு முன்னுரிமை – உன்
முயற்சிக்கு முன்னுரிமை
திறமைக்கு முன்னுரிமை – உன்
வெற்றிக்கு முன்னுரிமை
இலக்கிற்கு முன்னுரிமை எனில்...
வேதனைகள் புறப்படும்!!
குறிக்கோள்கள் அகப்படும்!!

அதனால்தான் சொல்கிறேன் மாணவச் செல்வங்களே, "படிக்கும் காலத்தில், சினிமா, டிவி,

கல்யாண நிகழ்ச்சிகள், விளையாட்டு நிகழ்ச்சிகள் என்று தடுமாறாமல், உங்கள் பொன்னான நேரத்தை வெட்டியாக்காமல், படிப்பிற்கு முன்னுரிமை கொடுங்கள். வாழ்க்கையில் சாதிக்கலாம்".

வாழ்க்கையில் சாதிக்க வேண்டுமென்றால், ஜெயிக்க வேண்டுமென்றால், வெற்றி என்னும் சிம்மாசனத்தில் ஏறி அமர வேண்டுமென்றால், ஐந்து 'P' எவ்வளவு முக்கியம் என்பதை உணர்ந்திருப்பீர்கள் என்று நம்புகிறேன்.

நல்ல சேர்க்கை, திட்டமிடுதல், தயார்ப்படுத்துதல், செயல்படுத்துதல், முன்னுரிமை கொடுப்பது (People, Plan, Prepare, Perform and Priority) என்ற ஐந்தும், வாழ்வின் வெற்றிக்கு முதல் ஐந்து படிகளாகும். வெற்றிப்படிகளில் ஐந்து படி ஏறிவிட்டோம். மீதமுள்ள படிகளையும் ஏற நீங்க ரெடியா? வாங்க பார்க்கலாம்.

※ ✻ ※

அத்தியாயம் 5

நான்கு "C" இருந்தால் வெல்லலாம்

நான்கு "C" என்றவுடன் 4 Crore, அதாவது 4 கோடி பணம் இருந்தால் வெற்றி நமக்கே என்று தப்புக்கணக்கு போட்டுவிடுவார்கள் சிலர். ஆனால், நாம் சொல்கின்ற நான்கு "C"யோ வேறு. அது தான் என் வெற்றியின் இரகசியமாக நான் கருதும் நான்கு "C".

எந்த ஒரு செயலைச் செய்தாலும் அதில் வெற்றிகாண வேண்டுமானால், இந்த நான்கு "C"-யின் அத்யாவசியம் என்னவென்று காண்போமா!

ஒவ்வொரு வெற்றியாளரின் வெற்றிக்குப் பின்னும் இந்த நான்கு "C" மிகமிக அவசியமான ஒன்றாக இருந்திருக்கும். ஒருவர் தெளிந்த நீரோடை போல், மிகத் தெள்ளத் தெளிவான சிந்தனையுடன், செய்கின்ற செயலில் தன்னை முழுவதுமாக அர்ப்பணித்து, தன்னுடைய படைப்பாற்றலை வெளிப்படுத்தினால் வெல்வது உறுதி. கிடைத்த வெற்றியைத் தக்கவைத்துக் கொள்ளும் தன்மையைப் பெறும் போது சிறந்த சாதனையாளர் ஆகலாம். அதைத்தான் தெளிவு, அர்ப்பணிப்பு, படைப்பாற்றல் மற்றும் தக்கவைத்துக் கொள்ளும் நிலைத்தன்மை என்று சொல்கிறோம். இந்த நான்கும் இருந்தால் வெற்றி நிச்சயம் உங்களுக்குத்தான். அதைத்தான், ஆங்கிலத்தில் "Clarity, Creativity, Committement & Consistency" என்று சொல்கிறோம். இந்த நான்கு "C"-யை பற்றி சற்று விரிவாகப்

பார்க்கலாம் நண்பர்களே.
- Clarity - தெளிவு
- Creativity - படைப்பாற்றல்
- Commitment - அர்ப்பணிப்பு
- Consistency - தக்கவைத்துக் கொள்ளும் நிலைத்தன்மை

Clarity - தெளிவு

முதலாவதாக நாம் பார்க்கவிருக்கும் "C"- Clarity. அதாவது தெளிவு. எந்த ஒரு விஷயத்தைச் செய்தாலும், நமது மனமும், சிந்தனையும் ஒன்றுபட்டு தெளிவாக இருக்கும் பட்சத்தில், செய்கின்ற செயலும் மிகச்சரியாகவே இருக்கும். நாம் ஒரு சாதனையாளராக உருவெடுக்க வேண்டுமானால், முதலில் நமது மனதை, எண்ணங்களை, சிந்தனைகளை ஒரு தெளிந்த நீரோடை போல் வைத்திருக்க வேண்டும். ஒரு இடத்தில் தேங்கி இருக்கும் குளக்கரை தண்ணீரைவிட, ஓடிக்கொண்டே இருக்கும், பலருக்கும் பலனளிக்கும் ஓடையைப் போல், நீரோடைபோல் மனதை வைத்திருக்க வேண்டும். அந்த நீரோடை ஓடிக்கொண்டே இருந்தாலும், அது தெளிவாக இருக்கும் பட்சத்தில், சுற்றி இருக்கும் ஒவ்வொன்றையும் பிரதிபலிக்கும் கண்ணாடியாக இருக்கும். அதைப்போல, நாம் தெளிவான சிந்தனையுடன் இருக்கும்போது, நம்முடைய குறிக்கோளையும், முயற்சிகளையும் கண்ணாடி போல் வெளிச்சம் போட்டுக் காட்டும். ஒரு செயலைச் செய்வதென்று தீர்மானித்துவிட்டால், பின்னர் எந்தவிதக் குழப்பமும் இன்றி, தெளிவுடன் செயல்பட்டால் வெற்றி நிச்சயம் உங்களுக்குத்தான்.

ஒரு செயலைச் செய்வதென்று முடிவு எடுத்துவிட்டால், அதில் எந்தத் தடுமாற்றமும் இருக்கக்கூடாது. ஒருவேளை தோற்றுவிடுமோ என்ற அவநம்பிக்கையும் கூடாது. முன்னே வைத்த காலை பின்னே வைக்கக்கூடாது. அதற்கு எப்போதுமே நாம் என்ன செய்யப்போகிறோம் என்ற தெளிவான சிந்தனை நம் வாழ்வின் வெற்றிக்கு ஒரு வழிகாட்டியாக இருக்கும் என்பதில் எந்தவித சந்தேகமும் இல்லை.

இணையதளத்தில் நான் பார்த்து, கேட்டு இரசித்த ஒரு குட்டிக்கதை. அதாவது தெளிவான சிந்தனை இருந்தால் எந்த ஒரு கடினமான காரியத்தையும், சுலபமாக வென்றுவிடலாம் என்பதற்கு உதாரணமான கதை அது. “தெளிவைத்தேடி” என்ற தலைப்பில் வெளிவந்த ஒரு தமிழ்ச் சிறுகதை தான் அது. என் மனதை மிகவும் கவர்ந்த ஒரு கதை. என் வாழ்வில் நிறைய மாற்றங்களை உருவாக்கிய கதைகளில் இதுவும் ஒன்று.

அந்தக் கிராமத்தின் பெயர் மாஞ்சோலை. அந்த ஊரில் ஒரு ஏழை விவாசாயி இருந்தார். மிகச் சிறந்ததொரு கடின உழைப்பாளி. அவர் பெயர் ராமு. அவருக்கு கண்ணன் என்ற பெயரில் ஒரு மகன் இருந்தார். கண்ணன் சிறுவயதாக இருந்த பொழுதே கண்ணனின் தாயார் லெட்சுமி காலமாகிவிட்டார். ஆனால் ராமுவோ, கண்ணனுக்கு அம்மா இல்லாத குறையே இல்லாமல், செல்லமாகவும் அதே நேரத்தில் கண்டிப்புடனும் வளர்த்து வந்தார். ராமு எப்பொழுதுமே, தன் விவசாயம் பற்றியும், தன் மகனின் வருங்காலத்தைப் பற்றியும் சிந்தித்த வண்ணமே இருப்பார். வயலில் நெடுநேரம்வரை

உழைப்பார். நிறைய பணம் சேர்க்க வேண்டும். அதே நேரத்தில் கண்ணியமாக இயற்கை முறையில் விவசாயம் செய்து, மக்களுக்கு நல்லதொரு சத்தான உணவுப்பொருட்களை வழங்க வேண்டும் என்பதிலும் அக்கறை கொண்டவர் அந்த விவசாயி ராமு. விவசாயிகள் என்றாலே அப்படித்தானே.

"தான் கஷ்டப்பட்டாலும், தன் மகன் நல்லா இருக்கணும்" என்று நினைக்கிற பெற்றோர்கள் மாதிரிதான் ராமுவும். தனக்கென ஒரு நல்ல துணிமணிகள் கிடையாது. நல்ல செருப்புகூட கிடையாது. ராமுவுக்கு ஒரு நீண்ட நாள் ஆசை. கையில் கோல்டு கலரில் ஒரு டைட்டன் வாட்ச் கட்டணும்கிறது. ஆனா அதுக்கெல்லாம் செலவு செஞ்சா மகனை எப்படி படிக்கவைக்கிறது என்ற பயமும் கூட. எல்லாமே தன் மகன் கண்ணனுக்கே என்று வாழ்ந்து வந்தார் ராமு. தன் மகனை ஒரு சிறந்த இஞ்சினியராக்க வேண்டும் என்ற கனவில், கண்ணனை அந்த ஊரிலேயே ஒரு நல்ல அரசுப் பள்ளிக்கூடத்தில் படிக்கவைத்தார். பின்னர் இஞ்சினியரிங் படிப்புக்காக சென்னை சென்று படிக்கவைத்தார். கண்ணனும் சென்னையில் நன்றாகப் படித்து, நல்ல நண்பர்களின் சேர்க்கையோடு, எதையும் திட்டமிட்டு, தயார்செய்து, செயல்படுத்தி, எதற்கு முன்னுரிமை கொடுக்க வேண்டுமோ, அதற்கு முன்னுரிமை கொடுத்து தெளிந்த மனதோடும், சிந்தனையோடும் வெற்றி பெற்றார். பின்னர் அவருக்கு, தலைநகராம் டெல்லியிலே ஒரு பெரிய தனியார் நிறுவனத்தில் மாதச்சம்பளம் ரூபாய் 50,000/- என வேலைக்குச் சேர்ந்தான்.

கண்ணன் தான் வாங்கிய முதல்மாச சம்பளத்தில், முதன்முறையாக, தன் அப்பா ராமுவுக்காக அவர் விரும்பிய, கோல்டு கலர் டைட்டன் வாட்ச வாங்கி அனுப்பிவைச்சார். ராமுவுக்கோ சந்தோஷம் தாங்கல. எப்பப் பார்த்தாலும் கையில வாட்சுதான். தூங்கும் போது கூட கழட்டுறதே இல்ல. ஊருக்குள்ள போனா, தன் நண்பர்களிடம் ரொம்ப பெருமையா "இது என் மகன் எனக்கு வாங்கிக்கொடுத்தது" என்று அங்கலாய்ப்பார் மன நிறைவோடு. தோட்டத்தில் விவசாயம் செய்யும் போது கூட வாட்ச கழட்டமாட்டாரு. அந்த அளவிற்கு தன் மகன் வாங்கிக்கொடுத்த வாட்ச்மேல ஒரு ஆசை. ஒரு நாள், ராமு தோட்டத்தில் தன் வேலைகளை எல்லாம் முடித்துவிட்டு, மாடுகளை வீட்டுக்கு ஓட்டிவந்தார். வீட்டில் வந்து கைகழுவும் போது தான், தன் கையில் கட்டியிருந்த வாட்சை காணவில்லை என்று அவருக்குத் தெரிந்தது. உடனே இங்கும் அங்குமாக தேடி அலைந்தார். வாட்ச் கிடைக்கவில்லை. மறுநாள்

காலையிலேயே தோட்டத்திற்குச் சென்று தேட ஆரம்பித்தார். மனம் முழுதும் ஒரே குழப்பம். "என் மகன் வாங்கிக்கொடுத்த வாட்சாச்சே. அதுவும் முதல் சம்பளத்தில் வாங்கிக் கொடுத்த வாட்ச் ஆச்சே" என்று புலம்பிக்கொண்டே, எல்லா இடங்களிலும் தேட ஆரம்பித்தார். ஆனால் கிடைக்கவில்லை. மனம் பிதற்றியது. புலம்பியது. ஒரு தெளிவு இல்லை.

இரண்டாம் நாள், தோட்டத்திற்குப் பக்கத்தில் கிரிக்கெட் விளையாடிக் கொண்டிருந்த பசங்களை அழைத்து, "இங்க பாருங்க கண்ணுங்களா! என் மகன் எனக்கு முதல்முதல்ல வாங்கிக்கொடுத்த வாட்ச். முதல் மாச சம்பளத்தில வாங்கிக்கொடுத்த வாட்ச். அது எங்கேயோ என் தோட்டத்துல காணாமப்போச்சு. இது என் மகனுக்குத் தெரிஞ்சா ரொம்ப கஷ்டப்படுவான். உங்கள்ல யாரு அந்த வாட்ச்ச கண்டுபிடிச்சு தர்றீங்களோ, அவங்களுக்கு நூறு ரூபாய் பணம் பரிசா தர்றேன்" என்றார். அதற்கு அந்த பசங்களும், "சூப்பர். கண்டுபிடிச்சுக் கொடுத்தா நூறு ரூபாய் கெடைக்கும். இன்னிக்கு பாயி கடையிலே பிரியாணி சாப்பிடலாம்" என்று சொல்லிவிட்டு, வாட்ச்சை தேட ஆரம்பித்தனர். எல்லா பசங்களும் இங்கும் அங்கும் தேடினார்கள். பசங்க ஒவ்வொருத்தரும் பேசிக்கொண்டே, அந்த வாட்ச் தன்னோட கையிலதான் கிடைக்கணும் என்று தேடினார்கள். சாயங்காலம் ஆகியும் வாட்ச்சை கிடைக்கவில்லை. உடனே ராமுவிடம் வந்து கிண்டலாக "உண்மையிலே வாட்ச் தொலைஞ்சிருச்சா. இல்ல சும்மா ஏதாவது தேடட்டும்னு சொன்னீங்களா? எங்க தேடியும் கெடைக்கலையே?" என்று

புலம்பிவிட்டுச் சென்றுவிட்டனர். ராமுவுக்கு அந்த இரவு முழுதும் தூக்கமே வரவில்லை. மனசோ ஒரு தெளிவு இல்லாமத் தத்தளிச்சது. காலை எழுந்து மறுபடியும் தேடலாம் என்று மனதைத் தேற்றிக்கொண்டு அயர்ந்துவிட்டார்.

காலையில எழுந்து வெளியே வந்தபோது, முதல் நாள் வந்த பசங்கள்ள ஒருத்தான் தான் அங்கு நின்றிருந்தான். ராமு அவனைப்பார்த்து "என்ன தம்பி. என்ன விஷயம்?" என்று கேட்க, அதற்கு அந்தப் பொடியனோ, "அய்யா, எனக்கு இன்னிக்கு இன்னொரு சான்ஸ் கொடுங்க. நான் கண்டிப்பா அந்த வாட்சை தேடிக் கண்டுபிடிச்சிருவேன்" என்று உறுதி பட, தெளிவோட கூறினான். அதற்கு ராமுவோ "என்னப்பா, நான் ரெண்டு நாளா தேடிக்கிட்டே இருக்கேன். நேத்தைக்கு ஒன்னோட பிரண்ட்ஸெல்லாம் வேற சேர்ந்து தேடினீங்க. அப்ப கெடைக்காத வாட்சு இப்ப கெடைச்சிருமா?" என்று கிண்டலாகச் சொன்னார். அதற்கு அந்த பையன், "ப்ளீஸ். எனக்கு ஒரு சான்ஸ் கொடுங்க" என்று கெஞ்சலாகக் கேட்டான். ராமுவும் "சரி. முயற்சி

செஞ்சு தேடு பார்க்கலாம்" என்றார். அதற்கு அந்த பையன் "வாட்ச்சை தேடிக் கண்டுபிடிச்சுக் கொடுத்தா 100 ரூபாய் கொடுப்பீங்கள்ல" என்று கேட்டான். உடனே ராமுவும் "அதுக்கென்ன கொடுத்துரலாம்" என்றார்.

அந்த பையனும் ஒரு பத்து நிமிஷத்துக்கு உள்ளேயே ராமுவிடம் ஓடிவந்து "அய்யா. இந்தாங்க உங்க வாட்ச் கிடைச்சிருச்சு" என்றான். ராமு ஒருவித ஆச்சர்யத்துடன், ஆனால் மிரட்சியுடன், காணாமல் போன வாட்ச் கெடச்ச சந்தோசத்துல, "சூப்பர்றா தம்பி. உனக்கு எப்படி கெடச்சது? எங்கே கெடைச்சது" என்று கேட்டார். அதற்கு, "உங்கள் மாட்டுக் கொட்டகையில் தான் கெடச்சது" என்றான். அதற்கு ராமுவோ, "ரெண்டு நாளா நான் தேடிக்கிட்டேதான் இருக்கேன். உன்னோட நண்பர்கள் எல்லாம் சேர்ந்து தேடுனாங்க. நீயும் சேர்ந்துதான் தேடுன. ஆனா கிடைக்கல. இன்னிக்கு மட்டும் எப்படி கிடைச்சது" என்றார் ஆச்சர்யத்துடன். அதற்கு "அய்யா, நீங்க உங்க மகன் ஆசையா வாங்கிக்கொடுத்த வாட்சை காணோம்ன உடனே உங்க மனசே குழம்பி போயிருச்சு. மனசு தெளிவா இல்லை. அந்தக் குழப்பத்திலேயே தேடுனீங்க. அதனால உங்க தேடல் தீவிரமா இல்லை. வாட்சும் உங்க கண்ணுக்குப் படல" என்றார். ராமுவோ "அது சரி. உன்னோட நண்பர்கள் எல்லாம் சேர்ந்து தேடினீங்களே. அப்ப என்னாச்சு" என்றார். அதற்கு அந்தப் பையனோ "அய்யா, நாங்க எல்லாம் பேசிக்கிட்டே தேடினோம். எங்களோட முழுக்கவனமும் அதுல இல்லை. மேலும் எனக்குத்தான் அது கிடைக்கணும். வேற

எவனுக்கும் கிடைக்கக்கூடாது என்ற எண்ணத்திலேயே தேடினோம். அதனால யாருக்குமே மனசும், சிந்தனையும் தெளிவா இல்ல. அதனால தான் நேத்து தேடும் போது வாட்ச்சு கிடைக்கல" என்றான்.

மீண்டும் உணர்ச்சி பொங்கியவராக ராமு "சரி, இன்னிக்கு மட்டும் எப்படி உனக்கு கிடைச்சது" என்றார். அதற்கு அந்த பையன் "அய்யா, என்னோட அம்மாவுக்கு உடம்பு சரியில்ல. மருந்து வாங்க காசும் எங்கிட்ட இல்லை. எங்க வீட்லையும் இல்ல. உங்க வாட்ச்சை தேடிக்கொடுத்தா 100 ரூபாய் கிடைக்கும் என்று உறுதியும் எனக்கு கிடைத்தது. அதனால தான் ஒரு தெளிவான மனதோடு, எப்படியும் கண்டுபிடிச்சே ஆகணும் என்கிற வெறியோட தேட ஆரம்பிச்சேன். தொலைஞ்சு போனது வாட்சுங்கிறதால இன்னொரு ஐடியாவும் தோணுச்சு. மனச ஒரு நிலையில உட்காரவச்சு, என் சிந்தனைகள எல்லாம் ஒரு சேரக் கட்டுப்படுத்தி, என் காதுகளை மட்டும் அந்த 'டிக் டாக்' சத்தத்தைத் தேடிப்போச்சு. வாட்சு இருந்த இடத்தையும் கண்டுபிடிச்சிட்டேன்" என்றான்.

அப்போதுதான் ராமுவுக்குப் புரிந்ததது. நமக்கு ஏதேனும் ஒரு பிரச்சனை வந்துவிட்டால், மனம் புலம்புகிறது, தத்தளிக்கிறது, தடுமாறுகிறது. குழம்புகிறது. தெளிவற்ற நீரோடை போல மாறி எல்லாத்தையும் மறைத்துவிடுகிறது. எனவேதான் நாம் தோற்றுவிடுகிறோம். பிரச்சினைகள் வந்தாலும், மனதை ஒருநிலைப்படுத்தி, தெளிவான சிந்தனையோடு இருக்கும்போது அது நமக்கு வெற்றியையே தேடித்தருகிறது என்ற பாடத்தை இந்த வாட்ச்சும், அந்த பையனும் கற்றுக்

கொடுத்துவிட்டார்கள் என்று நினைத்துக் கொண்ட ராமு, "இந்தா தம்பி, நான் சொன்னது போல உனக்குப் பணம் தருகிறேன்" என்று சொல்லிவிட்டு இரண்டு 500 ரூபாய் நோட்டுகளையும், ஒரு 100 ரூபாய் நோட்டையும் கொடுத்தார். அதற்கு அந்தப் பையனோ, "அய்யா, நீங்க 100 ரூபாய் மட்டும் தானே தருவதாகச் சொன்னீர்கள். ஆனால் நிறைய கொடுக்கிறீர்களே" என்றான் ஆச்சரியத்தோடு.

அதற்கு ராமுவோ, "வாட்ச்சை தேடிக் கண்டுபிடிச்சு கொடுத்ததுக்காகத் தான் அந்த 100 ரூபாய். ஆனால் தெளிவான மனசும், சிந்தனையும் எப்போதும் வெற்றியைத்தேடி தரும் என்ற பாடத்தை நீ எனக்குக் கற்றுக் கொடுத்ததனால் உனக்கு 1000 ரூபாயை பரிசாகத் தருகிறேன். நீ இந்தப் பணத்தை எடுத்துக் கொண்டு போய் உன் தாய்க்கு நல்ல மருத்துவரிடம் காண்பித்து மருந்துகளையும் வாங்கிக்கொடு. உன்னைப் பெற்றவள் நிறைய புண்ணியம் செய்து இருக்கிறாள் இப்படி ஒரு பிள்ளையை பெறுவதற்கு" என்றார்.

அந்த பையனும் பணத்தை வாங்கிக்கொண்டு, நன்றி கூறிவிட்டு, தன் தாயை மருத்துவரிடம் அழைத்துச் செல்லும் பணியை மனதில் கொண்டு ஓட ஆரம்பித்தான்.

தெளிவு:

வாய்க்கால் நீரிலும்..
வீசும் தென்றலிலும்..
விசும்பின் நுனியிலும்..
தென்படும் தெளிவு உண்டெனில் !!
தென்னுலகம் தன்னுடையது...!!

நண்பர்களே, மாணவச்செல்வங்களே! கதை நன்றாக இருந்ததா? கதையின் கருத்து புரிகிறதா? மனதில் ஒரு தெளிவு பிறந்ததா? தெளிவான சிந்தனை எப்பேர்ப்பட்ட குழப்பங்களையும் கடந்து வெற்றியைத் தேடி தரும் என்று. பரபரப்பாக ஓடிக்கொண்டிருக்கிற இந்த உலகத்தில், நாம் எதையும் தெளிவா ஒரு முடிவு எடுக்க முடியிறதில்ல. அதனாலதான் சொல்றேன். தெளிவான மனசோட, தெளிந்த நீரோடை போன்ற சிந்தனைகளோட நாம எடுக்குற ஒவ்வொரு முடிவும், இந்த காணமப்போன வாட்ச் மாதிரி, நம்ம உள்ளத்தில இழந்த அமைதியை திரும்பத்தரும். வாழ்க்கையில் தொலைச்ச வெற்றியையும் தேடித்தரும் என்பதில் சந்தேகமே இல்லை. அடுத்தபடியாக எந்த ஒரு செயலைச் செய்தாலும் அதில் தன்னுடைய படைப்பாற்றலை வெளிப்படுத்தினால் செய்யும் செயலில் வெற்றி உங்களைத் தேடி வரும் என்றால் நம்புவீர்களா? ஆனால் நிதர்சனமான உண்மைதாங்க.

Creativity - படைப்பாற்றல்

நான்கு "C"-யில், இரண்டாவது "C"-யாக நாம பார்க்கப்போறது, "Creativity", அதாவது "படைப்பாற்றல்" என்று சொல்வார்கள். Creative Thinking என்பதற்கு "Uniqueness" என்றும் ஒரு பொருள் உண்டு. அதாவது "தனித்துவமான குணம்" அல்லது "புதுமையான சிந்தனை" என்றும் கூறுவார்கள். ஒரு மனிதனை ஆயிரத்தில் ஒருவனாக, இலட்சத்தில் ஒருவனாக, கோடியில் ஒருவனாக கோடிட்டு அடையாளம் காட்டுவது, அவனது "தனித்துவமான குணம் - அதாவது படைப்பாற்றல்" தான். எந்த

விஷயத்தைச் செய்தாலும் ஒரு தனித்துவமான, புதுமையைக் கையாளும் மனிதன் தான் இந்த பூவுலகில் ஜெயிக்கிறான். ஒரு விஷயத்தைச் செய்யும் போதும், "ஏன் இப்படித்தான் செய்ய வேண்டும்?. மாற்றாக இப்படிச் செய்தால் எப்படி இருக்கும்?" என்று சிந்திக்கிறவன்தான் அந்த ஆயிரத்தில் ஒருவன், இலட்சத்தில் ஒருவன், கோடியில் ஒருவன். அவனே சாதிக்கிறான். வெற்றியும் கொள்கிறார்.

யாரும் யோசிக்காத, செய்யாத ஒன்றை நாம் யோசித்தால், அதைச் செய்தால் அதை படைப்பாற்றல் என்கிறோம். ஏன், படைப்பாற்றல் என்றால் என்ன? என்று சொல்வதற்கே நாம Creative-ஆ யோசிச்சா, அதுவும் படைப்பாற்றல்தான். இதைத்தான் ஆங்கிலத்தில் 'Out of Box Thinking' என்று சொல்வார்கள். நாம் எதையும் ஒரு தனித்துவமாக யோசித்தால் அதை படைப்பாற்றல் என்கிறோம். 'Uniqueness is Creativity' என்பார்கள். நாம் எதைச் செய்கிறோமோ அதை ஒரு தனித்துவத்துடன் செய்வதே படைப்பாற்றல். நாம எதைச் செஞ்சாலும் ஒரு Unique-ஆ இருக்கணும். அதைத்தான் படைப்பாற்றல் என்கிறோம்.

பதிலளிக்க முடியாத கேள்விகள் என்று சில கேள்விகளைச் சொல்வார்கள். உதாரணத்திற்கு, 'கோழியில் இருந்து முட்டை வந்ததா? இல்லை முட்டையில இருந்து கோழி வந்ததா?'. இதே கேள்வியை ஒருமுறை என் மாணவர்களைப் பார்த்துக் கேட்டேன். எல்லா கேள்விகளுக்கும் ஒரே ஒரு சரியான பதில்தான் இருக்கும். அதை தன் படைப்பாற்றல் கொண்டு தேடுபவன் தான் அதன் பதிலைக் கண்டுபிடிக்கிறான் என்றும்

கூறினேன். ஐந்து நிமிடத்திற்குள் ஒரு மாணவன் எழுந்து "அய்யா, நான் அந்தக் கேள்விக்கான பதிலைக் கண்டுபிடித்து விட்டேன்" என்றான். "என்ன பதில் என்று சொல்" என்றேன். "அய்யா. உண்மையில் கோழியில் இருந்துதான் முட்டை வருகிறது. முட்டையில் இருந்து கோழிக்குஞ்சு தான் வரும்" என்றான் ஒரு அற்புத கண்டுபிடிப்பு போல. அது அவனது படைப்பாற்றலை எனக்கு வெளிப்படுத்தியது.

படிப்பாற்றல் Vs - படைப்பாற்றல்

படிப்பறிவு இருந்தால் தான் படைப்பாற்றல் வரும் என்பதெல்லாம் வெறும் பொய். படிப்பாற்றல் வேறு, படைப்பாற்றல் வேறு. படிப்பாற்றல் என்பது, நாம் பாடங்களைப் புரிந்துகொண்டு, அதன் கருத்துகளை உள்வாங்கிக் கொண்டு, நம் அறிவை வளர்த்துக் கொள்வது. இதற்காக நிறைய படிக்க வேண்டும். கருத்தாழம் மிக்க புத்தகங்களை நித்தமும் படிக்க வேண்டும். எதையும் புரிந்து படிக்கும் பொழுது, அது நம் அறிவையும் வளர்க்கும், நல்ல மதிப்பெண்களையும் பெற்றுத்தரும். படிப்பாற்றல் என்பது வெளி அறிவை மூளைக்குள் உள்வாங்குவது.

படைப்பாற்றல் என்பது, நம்மைச் சுற்றி என்ன நடக்கிறது என்பதை புரிந்து கொண்டு, அறிவுப்பூர்வமான புதுமையான விஷயங்களை வெளிப்படுத்துவது படைப்பாற்றல் எனப்படும். படைப்பாற்றலை வளர்க்க நிறைய தேடல்கள் இருக்க வேண்டும். உற்றுநோக்க வேண்டும். புதுமையை வெளிப்படுத்த வேண்டும். உள் அறிவை மூளைக்குள் இருந்து வெளிக்கொண்டு வருவதே படைப்பாற்றல் எனப்படும். இந்தத் தலைப்பைப் பற்றி என் மகளிடம் கூறியபோது, ஏழாம் வகுப்பு படிக்கும் என் மகள் அ. வைஷ்ணவி அவர்கள் எழுதிய ஒரு கவிதையை இங்குப் பதிவிடுகிறேன்.

படிப்பாற்றலா - படைப்பாற்றலா?

<blockquote>
படிப்பதனால் வருவது அறிவு - புதுமை
படைப்பதினால் வருவது அரிய புனைவு...
படிப்பதனால் நீ - அறிஞர் ஆகலாம் - புதுமை
படைப்பதனால் அறிவியல் பிரம்மன் ஆகலாம்...
படிப்பதனால் உன் மூளை வளர்கிறது - புதுமை
படைப்பதனால் உன் மூளை மிளிர்கிறது...
படிப்பதனால் நீ - பண்டிதன் ஆகலாம் - புதுமை
படைப்பதனால் தனித்த மனிதன் ஆகலாம்...
படிப்பதனால் நீ - ஞானி ஆகலாம் - புதுமை
படைப்பதனால் நீயும் விஞ்ஞானி ஆகலாம்...
பல விஷயங்களை உள்வாங்குவது படிப்பு - புது விஷயங்களை வெளிக்கொணர்வது படைப்பு...
படிப்பாற்றல் மட்டும் போதுமா -
படைப்பாற்றல் வேண்டாமா?
படித்தால் மட்டும் போதுமா -
படைப்பாளி ஆக வேண்டாமா?
</blockquote>

படைப்பாற்றலை எப்படி வளர்த்து கொள்வது என்பதுபற்றி கருத்துகளை மிக விரிவாக "விஞ்ஞானியாக வேண்டுமா - பஞ்ச தந்திரம்" என்ற முதல் புத்தகத்திலே எழுதி உள்ளேன். அந்தப் புத்தகத்தையும் வாங்கிப் படியுங்கள். படைப்பாற்றலைப் பெறுவதற்கு முனைப்பாற்றல் மிகமிக அவசியம் என்பதை உணர வேண்டும்.

எழுத்துலக பிரம்மா, சிந்தனைச் சிற்பி, என் ஆசான் திருமிகு சோம வள்ளியப்பன் அவர்கள் எழுதிய ஒரு அற்புதமான புத்தகம்தான் "நீங்கள் அசாதாரணமானவர்கள்". பதினெட்டு அத்தியாயங்களைக் கொண்டது அந்த புத்தகம். ஒவ்வொரு அத்தியாயத்திலும் ஒரு சாதனையாளரைப் பற்றிக் குறிப்பிட்டு எழுதி உள்ளார். உலகில் மிகச்சிறந்த சாதனையாளர்களான சுவாமி விவேகானந்தர், விஞ்ஞானி ஐன்ஸ்டீன், ஏவுகணை நாயகன் அய்யா அப்துல்கலாம் அவர்கள் வரிசையில் என்னையும், என் கனவைப் பற்றியும் குறிப்பிட்டு எழுதி உள்ளார். ஒரு சிறப்பு என்னவென்றால், புத்தகத்தின் முதல் அத்தியாயமே என்னைப் பற்றித்தான். "மனதில் விழுந்த விதை" என்ற தலைப்பில் முதல் அத்தியாயமாக என்னைப் பற்றியும், என் வெற்றிப் பயணம் பற்றியும் மிக அழுத்தமாக எழுதி இருப்பார். புத்தகம் வாசிப்பதை, சுவாசம் போல் கருதும் என் அன்பார்ந்த வாசகர்களே, இந்தப் புத்தகத்தைப் படித்துக் கொண்டிருக்கும் இந்த வேளையில் ஒரு வேண்டுகோளையும் வைக்கிறேன். முடிந்தால் "நீங்கள் அசாதாரணமானவர்கள்" என்ற புத்தகத்தையும் வாங்கிப் படியுங்கள்.

தனித்துவமான சிந்தனை (Creative Thinking) அதாவது படைப்பாற்றல் கொண்ட ஒரு விவசாயியின் கதையை உங்களுக்குச் சொல்ல விரும்புகிறேன். என்னடா? இப்படி எதுக்கெடுத்தாலும் கதை கதைன்னு சொல்றேன்னு நினைக்காதீங்க. கதைன்னா எல்லோருக்குமே பிடிக்கும். சிறியவர் முதல் பெரியவர் வரை விரும்பும் ஒரு விஷயம் தான் கதை சொல்வது மற்றும் கதை கேட்பது. அந்த வகையில் மீண்டும் ஒரு கதை சொல்லப்போறேன்.

செங்கல்பட்டு ஜில்லாவிலே, கல்பாக்கம் அருகே செய்யூர் என்றொரு கிராமம். அந்தக் கிராமத்தில் வாழ்ந்து வருகிறார் ஒரு விவசாயி. அவர் பெயரோ "அசோக்". நல்ல கடின உழைப்பாளி. அதே நேரத்தில், நளின உழைப்பாளியும் கூட. Creative-ஆ நிறைய யோசிச்சு, குறைந்த செலவில் அதிக விவசாயம் செய்தல், நல்ல வருமானம் தரும் பொருட்களைத் தேர்ந்தெடுத்து, பயிரிடுவது, அதனை விற்பனை செய்வது, சொட்டு நீர் பாசனம், தேங்காய் நாரினை பயன்படுத்தி குறைந்த அளவில் நீரைப் பயன்படுத்தி விவசாயம் செய்வது என்பது போல பல விஷயங்களைச் செய்து வருகிறார். ஊடுபயிர் விவசாயம் என ஒவ்வொன்றாக ஆராய்ந்து விவசாயம் செய்வதில் வல்லவர். ஒரு முறை அவரது கழனியில், Water Melon என்று சொல்லப்படுகிற தர்பூசணி பயிர் செய்து இருந்தார். நல்ல மகசூல். ஒவ்வொரு காயும் உருண்டு திரண்டு, பெரிய அளவில் பருமன் மிக்கதாக விளைந்திருந்தது. அதை டெம்போ வண்டியில் ஏற்றிக்கொண்டு வெளியூர் சென்று,

குறிப்பாக சென்னை, மற்றும் பிற மாநிலங்களுக்கும் கொண்டு சென்று வியாபாரம் செய்து வந்தார்.

ஒவ்வொரு காயும் உருண்டு, திரண்டு, உருண்டையாக இருந்ததால், ஓரளவுக்கு மட்டுமே அந்த வண்டியில் ஏற்றமுடிந்தது. வண்டியின் கொள்ளளவுக்குத் தகுந்தாற்போல அவரால் நிறைய காய்களை ஏற்ற முடியவில்லை. அதனால் அவரது வருமானம் சற்று குறைந்தது. அடுத்த முறை பயிரிடும்போது, அதைப்பற்றி யோசித்தார். தீவிரமாக யோசிக்க ஆரம்பித்தார்.

தன் படைப்பாற்றலோடு ஒரு புதுமையான முறையை யோசித்தார். தர்ப்பூசணிக்காய் உருண்டையாக இருப்பதால் தானே, குறைந்த அளவே வண்டியில் ஏற்ற முடிகிறது. நிறைய இடமும் வேஸ்ட் ஆகிறது என்று எண்ணிய அசோக், ஒவ்வொரு காயும் வளரும்போதே, ஒரு சதுர அல்லது செவ்வக வடிவில் இருந்த ஒரு காலி அட்டைப் பெட்டியை வைத்து மூடிவிட்டார். காய்கள் நன்கு ஊறி வளரும் போதே, அதன் வெளிப்புற வடிவம் அந்த அட்டைப் பெட்டியின் வடிவத்திற்கு தகுந்தாற்போல் வளர ஆரம்பித்தது. தர்பூசணிக்காய் எப்போதும் உருண்டை வடிவத்தில் தான் இருக்கும். ஆனால் அசோக் அவர்கள் வளர்த்த அந்த தர்பூசணிகள் எல்லாம் செவ்வக வடிவிலோ அல்லது சதுரவடிவிலேயே இருந்தன. அதன் காரணமாக, இடம் எதுவும் வேஸ்ட் ஆகாமல், நிறைய காய்களை ஏற்ற வழி செய்தது. அதன் காரணமாக, உருண்டை வடிவத்தில் இருந்த காய்களை ஏற்றும்போது கிட்டத்தட்ட 100 காய்கள் ஏற்ற முடியும் என்றால், செவ்வக வடிவில்

வளர்க்கப்பட்ட தர்பூசணிக்காய்களை 120 முதல் 130 காய்களை ஏற்றமுடிந்தது. வருமானமும் பெருகியது.

பார்த்தீர்களா? சாதாரணமான ஒரு புதுமையான முறையால் அவரது வருமானமும் பெருகியது. தர்பூசணி உருண்டையாக இருந்தால் என்ன? செவ்வக வடிவிலோ அல்லது சதுர வடிவிலோ இருந்தால் என்ன? பழத்தின் ருசி சற்றும் குறையாது. மேலும், தர்பூசணிப்பழம் வாங்கிச் செல்பவர்களுக்கும் கையிலோ, சைக்கிளிலோ, பைக்கிலோ அல்லது காரில் எடுத்துச் செல்வது கூட சுலபமாக இருக்கும். அவரது படைப்பாற்றல் அவரது வெற்றிக்கு வழிகாட்டியது என்றால் அது மிகையாகாது அல்லவா?

படைப்பாற்றல்:
சத்தத்தில் இசை படைப்பவன் ஞானி!
ரத்தத்தில் சரித்திரம் படைப்பவன் வீரன்!
வார்த்தைகளில் வரிகள் படைப்பவன் கவிஞன்!
சிதறும் கல்லில் சிற்பம் படைப்பவன் சிற்பி!
விண்வெளியில் வீதி படைப்பவனே விஞ்ஞானி!
படைப்பவனே கடவுள்...!

அடுத்தபடியாக, எந்த ஒரு செயலைச் செய்தாலும் மனமார்ந்த அர்ப்பணிப்பு இருந்தால் வெற்றி உங்கள் வசம் என்பதை காண்போமா?

Commitment - அர்ப்பணிப்பு

நான்கு "C"-யில், மூன்றாவது "C"-யாக நாம பார்க்கப்போறது, "Commitment", அதாவது தாய்த்தமிழில் "அர்ப்பணிப்பு" என்று சொல்வார்கள். ஈடுபாட்டோடு, ஆத்மார்த்தமாக, அர்ப்பணிப்பு உணர்வோடு செய்கிற எந்த ஒரு செயலுக்கும் பலன் உண்டு. சில நேரங்களில் அது, நினைத்துக்கூடப் பார்க்க முடியாத உயரத்தைத் தந்து, நம்மைத் திக்குமுக்காடச் செய்துவிடும். "கடமையைச் செய்... பலனை எதிர்பாராதே!" என்கிற கூற்றைப் பின்பற்றுபவர்களில் பலருக்கும் கிடைக்கவேண்டிய பாராட்டோ, அங்கீகாரமோ, பலன்களோ கிடைக்காமல் போவதற்குக் காரணம், கடமையைக் கடனே என்று செய்வதுதான். எனவே தான் சொல்கிறேன்; நீங்கள் எடுத்த செயலில் வெற்றி பெற வேண்டுமா? 'ஆம்' என்றால் உங்களை நீங்கள் முழுவதுமாக அந்தச் செயலில் அர்ப்பணிக்க வேண்டும். என்னுடைய வாழ்க்கையில் எனக்கு இத்தனை வெற்றிகள் கிடைத்தது என்றால் அதற்கு என்னுடைய முழு ஈடுபாடும், அர்ப்பணிப்பும் தான் காரணம் என்றால் அது சற்றும் மிகையாகாது. படிப்பாக இருந்தாலும் சரி; பாடம் கற்றுத்தருவது என்றாக இருந்தாலும் சரி; ஆராய்ச்சி மூலம் கண்டுபிடிப்பதாக இருந்தாலும் சரி; சமைப்பதாக இருந்தாலும் சரி; இசை அமைப்பது, இசைப்பது, பாடுவது, நடிப்பது என்றாலும் சரி; விளையாட்டானாலும் சரி; நான் காட்டும் ஈடுபாடும், அர்ப்பணிப்பும் தான் என்னை வெற்றிப்படிகளில் ஏற்றிவிட்டது என்றால் அது 100% முழுக்க முழுக்க உண்மை.

தினமலர் நாளிதழில், தமிழ்ப் பல்கலைக்கழகத்தின் முன்னாள் துணைவேந்தர் முனைவர் ம. திருமலை அவர்கள் எழுதியுள்ள **"தேவை அர்ப்பணிப்பு உணர்வு"** என்ற தலைப்பில் வெளிவந்த ஒரு சிறப்புக் கட்டுரைச் செய்தியைப் படித்தேன். நான் படித்து இரசித்த அந்த விஷயத்தை இந்தப் புத்தகம் வாயிலாக உங்களுடன் பகிர்கிறேன்.

அர்ப்பணிப்பு உணர்வு பற்றி ஆய்வு செய்த மேனாட்டு அறிஞர்கள் அர்ப்பணிப்பு உணர்வு மிகுந்த மனிதர்களிடம் எட்டு இன்றியமையாத பண்புகள் இருப்பதை இனங் கண்டு கூறியுள்ளனர்.

- எளிதில் உணர்ச்சி வசப்படும் தன்மையினால் கடினமான செயல்களைச் செய்து முடிப்பார்கள்.
- வெற்றிக்கான திட்டத்தை வகுத்து முழு மனத்துடன் ஈடுபடுவார்கள்.
- தங்கள் மீது அதீத நம்பிக்கை கொண்டு கடினமான செயல்களையும் செய்வார்கள்.
- தகுந்த திட்டத்துடனும் செல்ல வேண்டிய திசையறிந்தும் செயல்படுவார்கள்.
- சூழ்நிலைகளுக்கு ஏற்பத் தங்களை மாற்றிக் கொள்ளும் திறமை உடையவர்களாக இருப்பார்கள்.
- சுய கட்டுப்பாடு மிக உடையவர்கள். தங்கள் குறிக்கோளை விட்டு விலகாமல் இருப்பர்.
- தங்களின் பணிகள் குறித்துச் சிந்தித்துக்கொண்டே இருப்பார்கள்; பணிகள் குறித்து மற்றவர்களுடன் உரையாடுவார்கள்.

- மற்றவர்களுக்கு ஒரு முன்மாதிரியாகவும் உந்துதலாகவும் திகழ்வார்கள்.

அர்ப்பணிப்பு உணர்வின் சிறப்பை விளக்க ஒரு கதையையும் சொல்கிறார்.

தேனி ஜில்லாவில் அமையப்பெற்ற ஒரு அழகிய கிராமம்தான் அணைக்கரைப்பட்டி. அந்த ஒரு ஊரில் இரண்டு விறகு உடைக்கும் தொழிலாளர்கள் இருந்தார்கள். அவர்கள் பெயர் சின்னையா, பொன்னைய்யா. இரண்டு பேரும் காலை முதல் மாலை வரை ஒரு விறகுக் கடைக்குச் சென்று விறகு உடைக்கும் பணியில் ஈடுபட்டிருந்தார்கள். நடுப்பகலில் இருவருமே சிறிது ஓய்வு எடுத்துக் கொண்டு மீண்டும் பணியில் ஈடுபடுகின்றனர். மாலையில் பணி முடிந்த போது, பொன்னைய்யன் சற்று அதிக அளவிலே விறகை உடைத்திருந்தார். கடைக்காரரர் கந்தசாமியோ அவர்களிடம் “நீங்கள் இருவரும் ஒரே நேரத்தில் தான் வேலைக்கு வருகிறீர்கள். ஒரே நேரத்தில் தான் வேலையை முடிக்கிறீர்கள். இருவருமே பார்க்கும் வேலையில் சமமாகத்தான் செய்கிறீர்கள்; ஆனால் எப்படி பொன்னைய்யனால் மட்டும் அதிக அளவு விறகை உடைக்க முடிந்தது” என்று கேட்டார்.

அதற்கு, பொன்னைய்யனோ, “நாங்கள் இருவருமே சமமாகத்தான் வேலை செய்தோம்; மதிய ஓய்வின் போது சின்னைய்யா சிறிது நேரம் தூங்கிக் கொண்டிருந்தார். நான் அந்த நேரத்தில் விறகு உடைக்கப் பயன்படும் எனது கோடரியைக் கூர்மைப்படுத்திக் கொண்டிருந்தேன்; அதனால்

என்னால் சிரமமின்றி விறகை உடைக்க முடிந்தது; அவரது கோடரியின் கூர்மை மழுங்கியிருந்ததால் அதிகளவு விறகை உடைக்க முடியவில்லை, இதுதான் காரணம்" என்று பதில் கூறினார்.

அர்ப்பணிப்பு உணர்வுடன் செயல்படுவதால் ஏற்படும் நன்மை இதுதான். உலகப் போர்களால் சிதைவுண்ட, இயற்கைப் பேரழிவால் அழிந்த நாடுகளின் மக்கள் மீண்டும் தங்களை நிலைப்படுத்திக் கொள்ளக் கடுமையாக உழைத்த வரலாற்றை நாம் அறிவோம்.

"என்ன வளம் இல்லை இந்தத் திருநாட்டில் - ஏன் கையை ஏந்த வேண்டும் அயல்நாட்டில்' என்ற பாடல் வரிகளை எத்தனை முறை கேட்டிருப்போம்! சென்ற காலத்தின் சிறப்பையும் இன்று நாடு இருக்கும் நிலையையும் எண்ணிப் பார்த்தாவது அர்ப்பணிப்பு உணர்வைக் கைக்கொள்வோம் என்றவாறே முடிகிறது அந்த கட்டுரை.

ஒரு சிலர் அவர்கள் செய்யும் காரியங்களில், உடலளவில் மட்டும் பங்கு பெறுவார்கள். மனதளவில் ஈடுபாடு இருக்காது. அப்பொழுது வெற்றி என்பது கேள்விக்குறியாகவே மாறிவிடும். ஆனால், உடலளவிலும், மனதளவிலும் தன்னை முழுமையாக அர்ப்பணித்துச் செயல்படுபவர்கள், தான் செய்யும் ஒவ்வொரு செயலிலும் வெற்றியே காண்பர் என்பதற்கு இந்தக் கவிதையே சான்று.

அர்ப்பணிப்பு:
வாழ்க்கை குறிக்கோளுக்காக அர்ப்பணம் -- எனில்
வெற்றி உனக்காக சமர்ப்பணம்...
ஆழம் புரிவது அர்ப்பணிப்பில்...
வேகம் அறிவது அர்ப்பணிப்பில்...

வானம் உன் வழி வரும் அர்ப்பணிப்பில்...!!
பசி நோக்காது!! கண் தூங்காது!!
மெய்வருத்தம் பாராது
கருமமே கண்ணாய் அர்ப்பணித்தவருக்கு
அகிலமும் வசப்படும்!!!

வெற்றியின் வேராக விளங்கும் நான்கு "C"-யில் மூன்றாவது "C"-யான கமிட்மென்ட், அதாவது அர்ப்பணிப்பின் பங்களிப்பு பற்றி நன்கறிந்தோம் அல்லவா! இப்போது நான்காவது "C"-யான "Consistency", அதாவது கிடைத்த வெற்றிகளைத் தக்கவைத்துக் கொள்ளும் தன்மையை பற்றியும் அதன் பங்களிப்பு பற்றியும் தெரிந்து கொள்ளலாமா?

என்ன தெளிவா இருக்கீங்களா? இல்ல தூங்கிட்டீங்களா? காமெடி நடிகர் வைகைப்புயல் வடிவேலு சொல்வது போல் "இவன் ரொம்ப நல்லவனா இருக்கான். எவ்வளவு அடிச்சாலும் தாங்குறாண்டா", என்பதுபோல எவ்வளவு சொன்னாலும் கேட்டுக்குற உங்களைப் பாக்கும் போது பெருமையாத்தான் இருக்கு. தெளிய வச்சு தெளிய வச்சுதான் அடிக்கணும் என்பார்கள். இப்போ நீங்க தெளிவா இருந்தாதான் அடுத்த அத்தியாத்தை தொடரணும். சரியா? அடிக்க நாங்க ரெடி. படிக்க, ருசிக்க, பகிர நீங்க ரெடியா?

Consistency - தக்கவைத்துக் கொள்ளும் நிலைத்தன்மை

நான்காவது "C"-யாக நாம் பார்க்கப்போவது, "Consistency", அதாவது "தக்க வைத்துக் கொள்ளும் நிலைத்தன்மை" என்று சொல்வார்கள். ஒரு முறை ஜெயிப்பது அல்லது வெல்வது (WIN) சுலபம்.

ஆனால், பல முறை ஜெயித்துகொண்டே இருப்பது தான் வெற்றி (SUCCESS). கிடைத்த வெற்றியை தக்கவைத்துக் கொள்வது என்பதேயே இங்கு Consistency என்று சொல்கிறோம். உதாரணத்திற்கு, நான் முதன்முதலில் பாலிடெக்னிக்கில் பயிலும் போது, மாநில அளவில் தங்கப்பதக்கம் வென்றேன். பின்னர் அண்ணா பல்கலைக்கழகத்தில் BE பயிலும் போது, பாலிடெக்னிக்கில் கிடைத்த வெற்றியைத் தக்கவைத்துக் கொள்ளும் ஆசை. அதுவே கனவாக மாறியது. அதனால் நான் அர்ப்பணிப்புடன் படித்தேன். மீண்டும் பல்கலைக்கழகத்திலே முதல் மாணவன். தங்கப் பதக்கம் மற்றும் ஆறு விருதுகள். சத்யபாமா பல்கலைக்கழகத்தில் ME பயிலும் போதும் தங்கப்பதக்கம், விருதுகள். இப்படியாக தொடர்ச்சியாக வெற்றி பெற்று, வெற்றிகளை நம்மிடமே தக்கவைப்பதும் ஒரு சாதனை தான். அது நம்மை எப்பொழுதும் வெற்றியாளனாகவே வைத்திருக்கும். மேலும் மேலும் நம்மை சாதிக்கத் தூண்டும்.

நிலைத்தன்மை:
நிசப்தக் கடல்கள் நிராகரித்தாலும்
ஆர்ப்பரிக்கும் நகரங்கள் அமைதி பூண்டாலும்
முனையில் மரணம் மறைந்திருந்தாலும்
ஒரு மனம் தேடிய தேடல்
மறையாதிருப்பதே நிலைத்தன்மை...!!

எனவேதான் சொல்கிறேன் என் அன்பான நண்பர்களே, மணியான மாணவச் செல்வங்களே! வெற்றி பெறுவது கடினம் என்று நினைத்தால்!

வெற்றிகளைத் தக்க வைத்துக் கொள்வது மிகமிக கடினம்!!! கடினமும், சுலபமும் நமது கையில் தான் இருக்கிறது. எதையும் கஷ்டப்பட்டு செய்வதைவிட, இஷ்டப்பட்டு செய்தால் வாழ்வில் என்றுமே வெற்றிதான்.

இதற்கு முன் வந்த அத்தியாத்தில், வெற்றியின் இரகசியமாக ஐந்து "P"யை பார்த்தோம். அதாவது People - நல்ல சேர்க்கை, Plan - திட்டமிடுதல், Prepare - தயார்படுத்துதல், Perform - செயல்படுத்துதல், Priority - முன்னுரிமை என ஐந்தையும் பார்த்தோம். பார்ப்பது மட்டுமின்றி மனதார உணர்ந்தோம் அல்லவா! அதேபோல் நான்கு "C", அதாவது Clarity - தெளிவு, Commitment - அர்ப்பணிப்பு, Creativity - படைப்பாற்றல், Consistency - தக்க வைத்துக் கொள்ளும் தன்மை என நான்கையும் பார்த்து, புரிந்து, ரசித்து மனதில் பதிய வைத்துக்கொண்டோம் அல்லவா. அடுத்தபடியாக வெற்றியின் இரகசியமாக நான் கருதும் மூன்று "I" இருந்தால் வெல்லலாம் என்பதையும் பார்த்துவிடலாம் வாங்கோ.

॥ ✻ ॥

அத்தியாயம் 6

மூன்று "I" இருந்தால் வெல்லலாம்

இந்த அத்தியாயத்தில் வெற்றியின் இரகசியமாக நாம் பார்க்கவிருப்பது, மூன்று 'I' இருந்தால் வெல்லலாம். அதென்ன மூன்று 'ஐ' என்று கேட்கத்தோன்றுகிறதா? நிறைய கல்லூரிகள் மற்றும் பள்ளிகளில் நடைபெறும் கருத்தரங்கங்களில் நான் பங்கு பெறும் போது கேட்கும் கேள்வியும் இது தான். அந்த மூன்று 'ஐ' என்ன?

நிறைய மாணவர்கள், 'I' என்பதை 'EYE' என்று புரிந்து கொள்வார்கள். அதாவது வலது கண், இடது கண், மனிதனுக்கு மூன்றாவது கண்ணாக விளங்கும் அறிவுக்கண் என்றும் கூறுவர். அவர்கள் கூறுவதும் சரியாகத்தான் இருந்தாலும், என்னுடைய பார்வையில் மூன்று "ஐ" என்பது Interest (ஆர்வம்), Involvement (ஈடுபாடு) மற்றும் Implement (செயல்பாடு). எந்த ஒரு செயலையும் வெற்றிகரமாகச் செய்து முடிக்க வேண்டுமென்றால், முதலில் நீங்கள் செய்கின்ற அந்தச் செயலில் ஒரு ஆர்வம் இருக்கவேண்டும். Interest அதாவது ஆர்வம் இல்லாத ஒன்றைச் செய்யும் போது மனம் ஒவ்வாது. செய்யும் செயலில் மனம் இலயிக்காது. ஆர்வம் இல்லையென்றால், செய்கின்ற செயலில் முழு ஈடுபாடும் இருக்காது. அதாவது Involvement இருக்காது. ஆர்வமும், ஈடுபாடும் இல்லாத எந்த செயலையும் வெற்றிகரமாக செயல்படுத்த முடியாது. அதாவது Implement செய்ய முடியாது. எனவே தான் சொல்கிறேன், ஒரு செயலை வெற்றிகரமாகச் செய்து

முடிக்க இந்த மூன்று "ஐ"யும் மிக அவசியமாகிறது.

Interest - ஆர்வம்

உதாரணத்திற்கு, எனக்குத் தெரிந்த ஒரு மாணவனை எடுத்துக்கொள்ளலாம். அவன் பெயர் ஸ்ரீகாந்த். அவனுக்கு கிரிக்கெட் என்றால் அலாதி பிரியம். ஏன், பைத்தியம் என்று கூட சொல்லலாம். பகலெல்லாம் படித்துவிட்டு, ஓடியாடி விளையாடிவிட்டு, இரவு வீட்டுக்கு வருகிறான். வந்தவுடன் டிவியில் லைவ்வா ஒரு கிரிக்கெட் போட்டி நடக்கிறது. அந்தப் போட்டியோ, உலகத்தின் எங்கோ வேறு மூலையில் நடைபெற்றுக்கொண்டு இருக்கிறது. அதனால் இன்று இரவு முழுவதும் டிவியில் லைவ்வா காட்டுகிறார்கள். இப்போது சொல்லுங்கள், அந்த மாணவன் ஸ்ரீகாந்திற்கு பசிதான் எடுக்குமா? இரவு முழுதும் கண்விழித்தாலும் தூக்கம் தான் வருமா? போட்டி முடிந்து காலையான போதும் கூட, கொஞ்சம் கூட சோர்வடையாமல், புத்துணர்ச்சியோடு இருக்கிறானே அதற்கு என்ன காரணம். அவனுக்கு கிரிக்கெட் மேல் இருக்கும் Interest, அதாவது ஆர்வம் தான் காரணம். இதையே படிப்பில் ஆர்வம் இல்லாத ஒரு மாணவனைப் பார்த்து, இரவு முழுதும் படிக்கச்சொன்னால், புத்தகத்தை கையில் எடுத்த அடுத்த பத்தாவது நிமிடத்தில் குறட்டைச் சத்தம் தான் கேட்கும். ஏன், கிரிக்கெட்டில் ஆர்வமே இல்லாத ஒருவரை, இரவுநேரம் நடக்கும் போட்டியை பார்க்கச்சொன்னால், "எனக்கு வேற வேலையே இல்லையா? இதப்போயி கண்ணு முழிச்சு பாக்கிறதுக்கு நான் என்ன பைத்தியக்காரனா?" என்பார்கள்.

அதனால் தான் சொல்கிறேன், நாம் எந்த ஒரு செயலைச் செய்தாலும், முதலில் அந்தச் செயலில் ஆர்வத்தை கொண்டு வாருங்கள். செய்யும் செயலில்

ஆர்வம் இருந்தால், முடிவில் வெற்றி பெறுவது 50% உறுதி. அதை மெய்ப்பிக்கும் வகையில் அமைந்த ஒரு கவிதை.

ஆர்வம்:

ஆர்வங்கள் கனலாகும் தருணம்
அகமகிழ்ச்சி அதிகமாகும்...!!
ஆர்வங்கள் கானலாகும் தருணம்
ஆனந்தம் அபூர்வமாகும்...!!

Involvement - ஈடுபாடு

அப்படியென்றால் வெறும் ஆர்வம் இருந்தால் மட்டும் போதுமா? வெற்றி கிடைத்துவிடுமா? எனக்கு கிரிக்கெட் ரொம்பவே புடிக்கும். கிரிக்கெட் விளையாடணுமுன்னு ஆர்வமும் இருக்கு. ஆனால் அதையே வெறும் ஈடுபாடு இல்லாமல், கடனுக்கே என்று செய்தால் வெற்றி கிட்டுமா? கிரிக்கெட்டில் ஆர்வம் இருந்தால் போதுமா! முதலில் கிரிக்கெட் மைதானத்திற்கு சென்று விளையாட வேண்டும். வெறுமனே விளையாடாமல், ஈடுபாட்டுடன் விளையாண்டால், வெற்றி நிச்சயம் கிடைக்கும். கணக்குப் பாடத்தில் ஆர்வம் இருந்தால் மட்டுமே போதாது. ஈடுபாட்டுடன் நிறைய கணக்குகளைப் போட்டுப்பார்க்கும் போது தான், நல்ல மதிப்பெண்களும் கிடைக்கும். கூடவே வெற்றியும் கிடைக்கும். முதலில் ஆர்வம் இருந்தால் தான் ஈடுபாடு வரும். ஒரு செயலை கடனே என்று செய்வதைவிட கடமையே என்ற செய்யும் போது, அந்த செயலை வெற்றிகரமாக செய்து முடிக்கலாம். செய்யும் செயலில் ஆர்வமும் இருந்து, ஈடுபாடும் இருந்தால், வெற்றி பெறுவது 75% நிச்சயம்.

ஈடுபாடு:

விழுவதில் நிழல் கொண்ட ஈடுபாடு...
எழுவதில் புயல் கொண்ட ஈடுபாடு...
உன்னில் தாயவள் கொண்ட ஈடுபாடு - துளியிருந்தாலும்
அந்நாட்டமிகு ஓட்டம் நன்மையே பயக்கும்...!!

Implement - செயல்பாடு

மூன்றாவது முக்கியமான ஒன்று செயல்பாடு. ஆர்வமும் இருந்து, ஈடுபாடும் இருந்து, ஆனா செயல்படுத்தவில்லை என்றால் வெற்றி உறுதி கிடையாது. "உலகின் தலை சிறந்த சொல் - செயல்" என்பார்கள். எனவே ஒரு செயலைச் செய்யும் போது, மனதளவில் ஆர்வமும், மனமுவந்த ஈடுபாடும் இருந்து, அதை திறம்பட செயல்படுத்தும் போது தான் வெற்றி என்பது 100% உறுதி செய்யப்படுகிறது. உதாரணத்திற்கு ஒரு கவிதை.

செயல்பாடு:

மனமொப்பாமல் செய்த செயல்
மறந்துவிட்டது...
மதிமழுங்கி செய்தசெயல் மறைந்துவிட்டது...
நினைவில் நின்றசெயல் நிதர்சனம்பெற்றது...
நிஜமாக நின்றசெயல் நிலைபெற்றது...
மனமும் மதியும் நிஜமும் நினைவும்...
ஒருசேரக் காணும்செயலே வெற்றி காணும்...!!

பேராசிரியரின் ஆர்வம்

ஒரு கஷ்டமான பாடத்தைக் கூட ஒரு ஆசிரியர் நினைத்தால் சுலபமாக மாணவர்களுக்கு கற்றுக்கொடுக்கலாம். அதற்கு ஒரு உதாரணத்தைச் சொல்கிறேன். நான் எம்.இ. படித்துக்கொண்டிருந்த போது, ரோபோடிக்ஸ்ன்னு ஒரு பாடம். அந்தப்

பாடம், நம் விருப்பத்திற்கேற்ப தேர்ந்தெடுத்துப் படிக்கும் விருப்பப்பாடமாக (Elective Subject) இருந்தது. நானும், என் நண்பர்களுக்கு, 'ரோபோடிக்ஸ் ஒரு அற்புதமான பாடம். மிகவும் பயனுள்ளதகவும் இருக்கும்' என்று சொல்லி தேர்வு செய்து விட்டோம். பாடம் நடத்த வந்த பேராசிரியரோ, முதல் நாளே, முதல் வகுப்பிலேயே, "இருக்குறதுலயே மிகவும் கஷ்டமான பாடம் ரோபோடிக்ஸ். அதைபோயி நீங்க ஏன் தேர்ந்தெடுத்தீங்கன்னு எனக்குத் தெரியல. நிறைய கணக்கும், நிறைய ஃபார்முலாவுமா இருக்கும். நீங்க அறுபது பேருல அஞ்சு பேரு கூட பாஸ் பண்ணமாட்டீங்க. இருந்தாலும் பரவாயில்ல. நான் கொடுக்குற நோட்ஸை அப்படியே படிச்சு மனப்பாடம் செஞ்சா, பத்துப்பேராவது பாஸ் பண்ணுறது உறுதி" என்று அவருக்கே இல்லாத ஆர்வத்துடன் எங்களுடன் பேசினார்.

என்னுடைய சகமாணவர்களோ, பேராசிரியரைப் பார்த்து "சார். சும்மா இல்லாம, இந்த பாடம் தான் சூப்பரு. ஆஹூன்னு சொல்லி எங்களை எல்லாம் உசுப்பேத்திவிட்டது இந்த அய்யப்பன் தான்", என்றார்கள். எனக்கோ பொறுக்கமுடியவில்லை. ஒரு நிமிடம், மௌனமாக இருந்துவிட்டு, சற்றும் தயக்கமே இல்லாமல் எழுந்து நின்று, அந்த பேராசியரைப் பார்த்து, "ஐயா, உங்களிடம் ஒரு ஐந்து நிமிடம் தனியாகப் பேசவேண்டும். வெளியே வரமுடியுமா? " என்று கேட்டேன். அவரும் உடனே ஒப்புக்கொண்டு, "அதனாலென்ன. வாங்க பேசலாம் என்றார்".

உடனே வெளியில் சென்று, "அய்யா, நான் உங்களுக்கு அறிவுரை சொல்கிறேன் என்று என்னைத் தப்பாக எடுத்துக்கொள்ளாதீர்கள். பாடம்

உண்மையிலேயே கஷ்டமாக இருந்தாலும், அதை இப்படியா சொல்வது? ரோபோடிக்ஸ் என்பது இன்றைய காலகட்டத்தில் மிகமிக அவசியமானதான ஒன்று. ரோபோடிக்ஸ் இல்லாத இடமே இல்லை. வருங்காலமே இதை நம்பித்தான் இருக்கிறது. கொஞ்சம் கணக்கு, ஃபார்முலா அப்படி இப்படின்னு வரும். அதைப்பத்தி எல்லாம் நீங்க கவலைப்படாதீங்க. நான் இருக்கேன் என்று சொல்லி மாணவர்களுடைய ஆர்வத்தைத் தூண்டிவிட்டுருக்கணும். அதைவிட்டுட்டு, இப்படி வந்ததுமே பயமுறுத்தினா எப்படி அய்யா படிப்பாங்க?" என்று என் ஆதங்கத்தை கொட்ட, பண்பட்ட பொறுப்புள்ள பேராசிரியர் அவர் என்பதால், என்னை எதுவும் திட்டவில்லை.

மாறாக, "நீங்க சொன்னது தான் கரெக்ட் அய்யப்பன். இனிமே நான் அப்படியே செய்யுறேன்" என்று பெரிய மனதுடன் அவர் கூறியதும் என் நினைவுகளில் வருகிறது. உடனே, உள்ளே வந்த பேராசிரியர், எங்களுக்குள் நடந்த எந்தப் பேச்சையும் அங்கு பேசாமல், "ரோபோடிக்ஸ் பத்தி உங்களுக்கெல்லாம் நல்லாவே தெரியும். எந்திரன் படம் வேற பாத்திருப்பீங்க. அதனால் உங்களுக்குத் தெரிஞ்ச ரோபோடிக்ஸ் பத்தி ஒவ்வொருத்தரா சொல்லுங்களேன் பார்க்கலாம்" என்றார் ஆர்வத்துடன். என்னுடைய சகமாணவர்களும் ஆர்வத்துடன் பேச ஆரம்பித்தார்கள். பேராசிரியரின் ரோபோடிக்ஸ் கற்றுத்தரும் ஆர்வமும் அதிகமானது. மாணவர்களிடையே கற்றுக்கொள்ளும் ஆர்வமும் அதிகமானது. மிகுந்த ஈடுபாட்டுடன், மாணவர்களே போட்டி போட்டுக்கொண்டு, 'நான் செமினார் எடுக்கிறேன், நீ இந்த செமினார் எடு' என்று சொல்லி செயல்படுத்தியதின் விளைவு,

எங்கள் வகுப்பில் படித்த அனைத்து மாணவர்களுமே ரோபோடிக்ஸ் பாடத்தில் முதல் வகுப்பில் தேர்ச்சி பெற்றார்கள். அது அந்த ஆண்டின், சத்யபாமா பல்கலைக்கழகத்தின் ஒரு மைல்கல் (Record Break). அந்த பாடத்திலேயே முதல் மதிப்பெண்ணும் எனக்குத்தான். முடிவில், பல்கலைக்கழகத்தின் தங்கப்பதக்க விருதினையும் வென்றேன். இதிலிருந்து நாம் தெரிந்து கொள்வது என்னவென்றால், ஆர்வமும் - ஈடுபாடும் - செயல்பாடும், வெற்றியின் மூன்று வேர்கள் போல. முயன்றால் வெற்றி நிச்சயம்.

நினைவாற்றலை அதிகரிக்க

வெற்றியின் இரகசியம் பற்றி பேசிக்கொண்டு இருக்கும் இந்தத் தருணத்தில், நினைவாற்றலை அதிகரிக்கும் ஒரு உத்தியையும் கண்டறிந்தேன். சிலபேர் படிக்கும் பொழுதே, சில பகுதிகளை மறந்துவிடுகிறார்கள். சிலரோ, பரீட்சை அறைக்குள் நுழையும் போதே பாதியை மறந்துவிடுவார்கள். வினாத்தாளைப் பார்த்தவுடன், முக்கால்வாசியும் மறந்துவிடும். எழுத ஆரம்பித்தவுடனே, படித்த பாடத்தில் இன்னும் சில பகுதியை மறந்துவிடுகிறார்கள். சில பேர் அல்ல, பலர். பரீட்சை எழுதி வெளியே வந்த உடனையே மிச்சத்தையும் மறந்துவிடுகிறார்கள். பின்னர் எப்படி படித்ததெல்லாம் ஞாபகத்தில் வரும்? இதைத்தான் நினைவாற்றல் இழப்பு என்று தமிழிலும், Memory Loss என்று ஆங்கிலத்திலும் சொல்கிறார்கள். இந்த நினைவு ஆற்றலை இழக்கும் தன்மையை எப்படி நீக்குவது அல்லது எப்படிக் குறைப்பது? என்ற கவலை எல்லோருக்குமே இருக்கும். அதற்கு டிப்ஸாக நான் தரும் மாத்திரைகள் தான் மூன்று 'I'. இதை வைட்டமின் மாத்திரைகள் என்று கூட கூறலாம்.

ஒருமுறை இதுபற்றி நான் சிந்தித்துக் கொண்டிருந்த பொழுது, ஒரு விஷயம் ஞாபகத்திற்கு வந்தது. உங்களிடம் அதைப் பகிர்ந்து கொள்வதில் எனக்கு நிறையவே சந்தோசம் தான். நான் சின்ன வயசா இருக்கும் போது படிச்சதெல்லாம் ஞாபகப்படுத்திப் பார்த்தேன். நிறைய விஷயங்கள், என் ஞாபகத்திற்கே வரவில்லை. எட்டாம் வகுப்பு தமிழ் ஆசிரியர் கற்றுக்கொடுத்த ஒரு பாடம் ஞாபகத்திற்கு வந்தது. அதுவும் அரையும் குறையுமாக. "முந்து முகிலின் தோகையது முடியில் மணிபோல் ஒளிவிடுமே - சந்தத்திலகம் ஈரேழும் தலமும் அடிமை கொண்டிடுமே .... வில்லை வளைத்தாள் அவ்வில்லினையே - ஒத்த வீரப்புருவம் வளைந்ததடி........." இப்படி எதுவுமே முழுதுமாக ஞாபகம் இல்லை. இலக்கணக் குறிப்புக்கள் - வினைத்தொகை, பண்புத்தொகை, இரட்டுற மொழிதலணி, எதுகை, மோனை, வஞ்சப்புகழ்சி அணி, அசை - சீர் பிரித்து எழுதும் வாய்ப்பாடு - நேர் + நேர் = தேமா, நிறை + நேர் = புளிமா, நேர் + நிறை = கூவிளம், நிறை + நிறை = கருவிளம்.... இப்படி அங்கும் இங்குமாக ஞாபகம் வருகிறது. வரலாறு, ஆங்கில இலக்கணம் சற்றும் ஞாபகத்திற்கு வருவதாகவே தெரியவில்லை. அறிவியல் பாடம் - சற்று அதிகமாகவே ஞாபகத்திற்கு வருகிறது. இந்த நிலைக்குக் காரணம் என்ன என்று யோசிக்க ஆரம்பித்தேன். எனக்கு அந்தச் சிறு வயதில் எந்தெந்த பாடங்களில் எல்லாம் ஆர்வம் இருந்ததோ, அதெல்லாம் சற்று ஞாபகத்திற்கு வருகிறது. உதாரணமாக, தமிழ் இலக்கணம், அறிவியல் மற்றும் கணக்குப்பாடங்கள். ஆனால் ஆங்கில இலக்கணமோ, படித்த ஆங்கிலப் பாடமோ அல்லது வரலாறு மற்றும் புவியியல்

பாடமோ, சற்றும் என் ஞாபகத்திற்கு வர மறுக்கிறது. காரணம் அந்தப் பாடங்களில் எல்லாம் எனக்கு அப்போது ஆர்வமே இல்லை.

ஆனால், ஆறாம் வகுப்பில் இருந்து பத்தாம் வகுப்பு வரை, நான் நடித்த அத்தனை நாடகங்களும், அதன் வசனங்களும் கொஞ்சம் கூட மறக்காமல் அடிபிறழாமல், இப்போது பேசச்சொன்னாலும் திக்காமல், திணறாமல் அப்படியே அருவி போல கொட்டுகிறது. நான் நடித்த நாடகங்களில் முதல் நாடகம் சாக்ரடீஸ், பின்னர் நீதிபதி நீலகண்டன், சாம்ராட் அசோகன், சாது மிரண்டால் காடும் கொல்லாது, காரியக்கிறுக்கன், வீரபாண்டிய கட்டபொம்மன், வீர சிவாஜி, செக்கிழுத்த செம்மல், நவீன திருவிளையாடல், வாடகை வீடு, இழந்த கண்கள், எல்லோருக்கும் பேபே, அலாவுதீனும் 100 வாட்ஸ் பல்பும், என வரிசை நீண்டுகொண்டே போகிறது. அந்தந்த நாடகத்தில் என்னுடைய கதாபாத்திரம் தவிர, எல்லோருடைய கதாபாத்திரங்களின் வசனங்களும், அப்படியே என் மனதில் நிற்கிறது. சாக்ரடீஸ் நாடகம் என்று சொன்னவுடன்....

சாக்ரடீஸ்: உன்னையே நீ அறிவாய். உன்னையே நீ அறிவாய். ஏதென்ஸ் நகரத்து எழில்மிக்க வாலிபர்களே. நாற்றம் எடுத்த சமுதாயத்தில் நறுமணம் கமழ்விக்க சாக்ரடீஸ் அழைக்கிறேன். ஓடி வாருங்கள்... ஓடி வாருங்கள்... வீரம் விலை போகாது, விவேகமும் துணைக்கு வராவிட்டாலும், தூக்கிய வாளும், தாங்கிய ஈட்டியும் மாத்திரம் போதாது வீரர்களே! இதோ நான் தரும் அறிவாயுதத்தையும் துணைக்கு

எடுத்துக் கொள்ளுங்கள். அறிவாயுதம்... அறிவாயுதம்... அகிலத்தின் அணையாத ஜோதி...

அனீடஸ்: அறிவாயுதமாம் அறிவாயுதம். அனைத்துலகும் அடிபணிய வைக்கும் அஸ்திரமாம். குமுறும் எரிமலை, கொந்தளிக்கும் கடல் அலைகள், இவற்றைவிட பயங்கரமானவன் சாக்ரடீஸ். அவன் தரும் அறிவுக்கள் கிரேக்கத்தில் தயாராகுமேயானால், நாம் இந்த நாட்டில் தலை தூக்கவே முடியாது. அவனை ஒழித்தாக வேண்டும். என்ன சொல்கிறீர்கள்?

அனைவரும்: ஆமாம். ஆமாம்...

அனீடஸ்: சாக்ரடீஸ். நீ ஆண்டவனுக்கு எதிராக, அரசுக்கு எதிராக இளைஞர்களைத் தூண்டிவிடுகிறாய். அதனால் உன்னைக் கைது செய்கிறேன்.

இடம்: நீதி மன்றம்

அனீடஸ்: இதோ இந்த குற்றவாளிக் கூண்டில் நிற்கும் இவன், ஆண்டவனுக்கு எதிராக, அரசுக்கு எதிராக இளைஞர்களைத் தூண்டிவிடும் இழிகுலக் கிழவன்.

சாக்ரடீஸ்: ம்....ம்ம்ம் (சிரித்தல்)

நீதிபதி: என்ன சிரிப்பு?

சாக்ரடீஸ்: ஒன்றும் இல்லை தலைவா. ஒன்றும் இல்லை. ஆத்திரத்தில் அனீடஸ் தன்னை மறந்து என்னைப் பார்த்து மட்டும் கிழவன் என்று கேலி புரிகின்றான்.

கடல்நுரை போல் நரைத்துவிட்ட தலை; எனக்கும் அனீடசுக்கும் இல்லையா! சபையோர்களே!

நீதிபதி: சாக்ரடீஸ். இந்த மன்றத்தின் வழக்கும், விசாரணையும் உங்கள் இருவரின் தலையைப் பற்றியது அல்ல என்பதை நினைவுபடுத்த விரும்புகிறேன்.

சாக்ரடீஸ்: மிக்க நன்றி. மிக்க நன்றி. ஆனால் ஒன்று. எண் சான் உடம்பிற்கு தலைதான் பிரதானம். அதுபோல இந்த வழக்கிற்கும் தலைதான் பிரதானம். என் தலையிலே இருந்து சுடர்விட்டு எழும் அறிவு. அதை அழிக்க அனீடசின் தலையில் இருந்து புறப்படும் அர்த்தமற்ற கற்பனைகள், அரசியல் குறுக்கீடு. அதிகார ஆணவம்; இம்முனை போராட்டத்தின் விளைவு தான் சபையோர்களே இந்த வழக்கு.

அனீடஸ்: போதும் நிறுத்து. நீ இளைஞர்களைத் தூண்டிவிடுகிறாய். அதுதான் நீ செய்த குற்றம்.

சாக்ரடீஸ்: சரி. ஒரு கிழவன் எப்படியப்பா இளைஞர்களைக் கெடுக்க முடியும். நான் என்ன வாலிபர்களுக்கு வலைவீசும் விலைமாதா? அல்லது பருவ விருந்தளிக்கும் பாவையா?

அனீடஸ்: மானிடரும் கற்றிடாத வசீகரச்சொல், வார்த்தை ஜாலம், அலங்காரம், இப்படி பல மாயங்களைக் கற்றவர் நீர்.

சாக்ரடீஸ்: ஏன் மந்திரவதி என்று கூட சொல்லிவிடுவாய் - அப்படித்தானே?

சரி, இங்கே நான் ஒருவன் மட்டும்தான் இளைஞர்களைக் கெடுக்கிறேனா?

அனீடஸ்: ஆம்.

சாக்ரடீஸ்: நீ...

அனீடஸ்: இல்லை.

சாக்ரடீஸ்: இந்த நீதிமன்றம்?

அனீடஸ்: இல்லவே இல்லை.

சாக்ரடீஸ்: இப்படி எல்லோரும் இளைஞர்களைத் திருத்த முயலும் பொழுது, நான் ஒருவன் மட்டும் எப்படியப்பா, இளைஞர்களைக் கெடுக்க முடியும்.

அனீடஸ்: ஒரு குடம் பாலுக்கு ஒரு துளி விஷம்.

சாக்ரடீஸ்: ஏன், இப்படியும் சொல்லலாமே. இருண்ட வீட்டிற்கு ஒரு விளக்கு. சபையோர்களே, வாலிபர்கள் என்னைச்சுற்றி வானம்பாடி பறவைகள் போல் வட்டமிடக் காரணம் என்னுடைய வார்த்தை அலங்காரம் அல்ல. தரம் குறையா கருத்துகள், இந்த தரணிக்குத் தேவையான தங்கம் நிகர் எண்ணங்கள். அழகு மொழியால் அலங்கார அடுக்குகளால், அரும்பு உள்ளங்களை மயக்குகிறேன் என்கிறார்களே! அவர்களைத்தான் கேட்கிறேன். இந்த மொழி எனக்கு மட்டும் சொந்தமல்லவே. அதை அவர்கள் பேசக்கூடாது என்றும் நான் தடை போட்டதும் கிடையாதே. பேசிப்பார்க்கட்டும். பேசிப்பார்க்கட்டும். பேசித்தோற்றவர்கள். பேசித்தோற்றவர்கள்.

நீதிபதி: *சாக்ரடீஸ்! இந்த மன்றத்தின் அதிகப்படியான உறுப்பினர்களின் வாக்கெடுப்புபடி, நீர் குற்றவாளி என்று பழி சுமத்தப்படுகிறீர்.*

எனவே நீர் விஷம் சாப்பிட்டு மரணம் அடைய வேண்டுமென்று இந்த நீதிமன்றம் தீர்ப்பளிக்கிறது.

சாக்ரடீஸ்: மிக்க நன்றி…. மிக்க நன்றி….

இன்னும் வசனம் நீண்டுகொண்டே போகும். ஒவ்வொரு நாடகமும் 45 நிமிடம் முதல் 90 நிமிடம் வரை செல்லும். எப்படி அத்தனையும் என் நினைவில் இருக்கிறது. என் ஞாபகத்தில் பசுமரத்தாணியாய் பதிந்திருக்கும் காரணம் என்ன? என்று ஆராய்ந்து பார்த்தால், நாடகத்தின்பால், நடிப்பின்பால் எனக்கு மிகுந்த ஆர்வம் இருந்திருக்கிறது. ஒவ்வொரு நாடகத்திற்கும் ஒத்திகை பார்க்கும் போதும், மேடையில் நடிக்கும் பொழுதும், எனக்கு இருந்த ஈடுபாடு, அதை செயல்படுத்திய விதம், இன்னும் என் நினைவாற்றல் சற்றும் குறையாமல், 40 வருடங்களுக்குப் பிறகும், ஞாபகத்தில் நீங்காமல் இருக்கிறது.

நான் மேலே கூறிய ஆராய்ச்சியில், நான் கற்றுக்கொண்ட ஒரு விஷயம், ஞாபகமறதியை துரத்த, மறதியை மறக்கடிக்க, உங்கள் நினைவாற்றலை மேம்படுத்த, செய்யும் செயல் எதுவாக இருந்தாலும், ஆர்வத்துடனும், ஈடுபாட்டுடனும், செயல்படுத்தும் பொழுது வெற்றி கிடைக்கிறது.

நினைவாற்றல் மேலாண்மை - Memory Management

நிறைய விஷயங்களை நாம் மூளையில் தான் சேமிக்கிறோம். நினைவாற்றலை, அதாவது விஷயங்களை சேமிக்கும் பொழுது அதை மூன்று பகுதிகளாகப் பிரித்து கட்டளைகளுக்கு தகுந்தாற்போல் விஷயங்களை சேமித்து வைக்கும். Sensory Memory (உணர்வு சேமிப்பு) - Secondary Memory (இரண்டாம் கட்ட சேமிப்பு) - Primary Memory (முதல் நிலை சேமிப்பு). நாம் அன்றாடம் பார்க்கின்ற, கண்ணால் காண்கின்ற நிகழ்வுகள் மற்றும் தகவல்களை நாம்

எங்கும் சேமிப்பதில்லை. அப்படியே காற்றில் பறந்துவிடுகிறது. சிலசமயம் தகவல்களை தற்காலிகமாக சேமித்து வைக்கும். சற்று நேரத்தில் எல்லாம் மறைந்துவிடும். உதாரணத்திற்கு, சாலையில் ஒரு வண்டியைப் பார்க்கிறோம். அந்த வண்டி நம்பரையும் பார்க்கிறோம். ஆனால் அந்த நம்பரோ, அல்லது ரோட்டில் பார்த்த ஏதோ விளம்பரங்களோ, நம் மனதில் பதிவதில்லை. காரணம், நமக்கு அந்த நம்பரையோ, தகவலையோ தக்கவைக்கும் ஆர்வம் இல்லை.

இதுவே ஒரு நிகழ்ச்சியில் நான் பேசும் போது, "இதுதான் என் செல்போன் நம்பர்" என்று சொல்லும் பொழுது, அது உங்களுக்கு தேவைப்படுகிறது. என்னுடன் பேசும் ஆர்வமும் இருக்கிறது. அதைத்தான் ஆர்வக்கோளாறு என்று சொல்வார்கள். ஆதலால் அந்த நம்பரை Sensory Memory-ல் சேமித்து வைக்கும். Sensory Memory என்பது நமது கம்ப்யூட்டரில் உள்ள Dynamic Memory போன்றது. இந்த மாதிரியான தகவல்கள் எல்லாம் Sensory Memory-யிலேயே சேமிக்கப்படுகிறது. திரும்பத்திரும்ப நினைவுபடுத்தாவிட்டால் சற்று நேரத்திற்கெல்லாம் மறந்தும் போய்விடுகிறது (Flash Storage).

அதுவே உங்களுக்கு ஈடுபாடும் இருந்தால், அதாவது, அவசியம் அவருடன் நாம் பேச வேண்டும் என்று நினைக்கும்பொழுது, அந்த செல்போன் நம்பரை மனதில் இருத்தி, அந்த நம்பரை Secondary Memory-ல் சேகரிக்கிறது. இது RAM Memory போல. நமக்கு வேண்டிய விஷயங்களை மட்டும் சேமித்து வைத்துக் கொள்ளும். நீண்ட நாள் இருக்கும். ஆனால் அழித்துவிட்டால், அதாவது Format செய்துவிட்டால், மீண்டும் மறந்து போகும் (Temporary Storage).

அதுவே, ஆர்வமும் இருந்து, ஈடுபாடும்

இருந்து, செயல்படுத்தினால், பசுமரத்தாணி போல, பாடல் மூலமாகவோ அல்லது கவிதை போலவோ பதிவு செய்துவிட்டால். அந்த நம்பரானது, உங்களது Primary Memory-ல் எழுதப்படும். அதாவது PEN Drive அல்லது ஹார்டு டிஸ்க் மாதிரி. Format செய்தால் மட்டுமே அழிந்து போகும் (Permanent Storage).

அதனால் தான் சொல்கிறேன். நாம் படிக்கும் போது, அந்தப் பாடத்தின் மீது ஒரு ஆர்வம் இல்லாமல் இருந்தால், நாம் படிப்பது அனைத்தும் Sensory Memory-ல் கொண்டு சேமிக்கப்படும். அதனால்தான் படித்த கொஞ்சம் நாளிலே, படித்ததெல்லாம் மறந்து போகிறது. அதுவே அந்தப் பாடத்தின் மேல் ஓர் ஆர்வம் கொண்டு படித்தால், அந்தப் படிப்பானது Secondary Memory-ல் கொண்டுபோய் சேமிக்கப்படுகிறது. நீண்ட நாள் வரை ஞாபகத்திலும் இருக்கிறது. குறைந்தது பரிட்சை எழுதும் வரையிலாவது நினைவில் நிற்கும். அதுவே ஆர்வமும் கொண்டு, மனதளவில் ஈடுபாட்டுடன் படித்தால், அதை நாலு பேருக்குச் சொல்லிக்கொடுத்தால் படித்த படிப்பனைத்தும் அப்படியே Primary Memory-ல் எழுதப்படும். Permanent Storage - அதனால் அழியவே அழியாது. படித்து முடித்து நாற்பது, ஐம்பது ஆண்டுகள் ஆனாலும் உங்கள் ஞாபகத்தை விட்டு நீங்காது.

படிப்பது மட்டுமல்ல. எந்த ஒரு செயலைச் செய்தாலும், இந்த மூன்று 'I' இருந்தால், Interest (ஆர்வம்), Involvement (ஈடுபாடு) மற்றும் Implement (செயல்பாடு) இருந்தால் வெல்லலாம். செய்யும் செயலை ஆர்வத்துடனும், ஈடுபாட்டுடனும், செயல்படுத்தினால், வெற்றி நிச்சயம் நமக்குத்தான். வெற்றி வாய்ப்பு 100% உறுதியாகிவிடும்.

☸ ✲ ☙

அத்தியாயம் 7

இரண்டு "கை" இருந்தால் வெல்லலாம்

வெற்றியின் இரகசியமாக அடுத்து நாம் கருதுவது இரண்டு 'கை' இருந்தால் வெல்லலாம். "அதென்ன இரண்டு கை இருந்தால் வெல்லலாம்! எல்லோருக்குமே இரண்டு கைகள் தான் இருக்கிறது. அப்படி என்றால் எல்லோருமே ஜெயிக்க வேண்டுமே?" என்ற கேள்வியை கணையாக நீங்கள் தொடுப்பது எனக்குப் புரிகிறது. இந்த அத்தியாயத்தில், வெற்றியின் இரண்டு கைகளாக நாம் சொல்வது ஒன்று "நம்பிக்கை" மற்றொன்று "தன்னம்பிக்கை". அதைப்பற்றி கொஞ்சம் விளக்கமாக பார்க்கலாமா?

நம்பிக்கை - Confidence

நம்பிக்கை என்பதை ஆங்கிலத்தில் confidence, faith, or belief என்று சொல்வார்கள். நம்பிக்கை என்பது, நாம் பிறர் மேல் வைப்பது. உதாரணத்திற்கு, பெற்றவர்கள் குழந்தைகள் மேல் வைப்பது நம்பிக்கை. என் குழந்தை என்றுமே நல்லதே செய்வான் என்பது நம்பிக்கை. என் குழந்தை நல்லா படித்து, வெற்றி பெற்று ஒழுக்க சிந்தனை உள்ளவர்களாக வருவார்கள் என்பது குழந்தைகள் மேல் பெற்றோர்கள் கொண்ட நம்பிக்கை. ஆசிரியர்கள் மாணவர்கள் மீது வைப்பது நம்பிக்கை. மாணவர்கள் ஆசிரியர்கள் மேல் வைப்பது நம்பிக்கை. எப்படி நமக்குள் இருக்கும் தீய குணங்களே நம் எதிரிகள் என்று சொல்வோமோ, அது போல,

நமது உற்ற நண்பர்கள் என பல பேர் இருக்கிறார்கள். அவர்களில் ஒருவர் தான் நம்பிக்கை. என் வாழ்வில் முதன்மை இடம் பிடித்தவர் "நம்பிக்கை" தான் என்றால் அது மிகையாகாது. முதலில் எதிலும் ஒரு நம்பிக்கை வைக்க வேண்டும்.

அவ நம்பிக்கை இருந்தால் எந்த ஒரு செயலிலும் வெற்றி காண முடியாது. அந்த வெற்றியின் அடித்தளமாக விளங்குவதே நம்பிக்கை என்ற ஒன்று தான். முதலில் தாயை சேய் நம்ப வேண்டும். சேயை தாய் நம்ப வேண்டும். பெற்ற பிள்ளைகளை பெற்றோர்கள் நம்ப வேண்டும். பெற்றோர்களை பிள்ளைகள் நம்ப வேண்டும். "என் பிள்ளை நல்லவனாகத்தான் வருவான். நன்றாகப் படிப்பான், வாழ்வில் எதிலும் ஜெயித்து வெற்றிவாகை சூடுவான்" என்று பெற்றோர்கள் நம்ப வேண்டும். பிள்ளையானவர்கள், தன் பெற்றோர்கள் எப்போதும் நம் நன்மைக்குத்தான் சொல்வார்கள், செய்வார்கள் என்று நம்ப வேண்டும். கணவன் மனைவியை நம்ப வேண்டும். மனைவியை கணவன் நம்ப வேண்டும். உடன்பிறப்புகளை உடன்பிறந்தோர் நம்ப வேண்டும். ஆசிரியர்கள் மாணவர்களை நம்ப வேண்டும். என் மாணவன், எப்போதும் கண்ணியமானவனாகத்தான் இருப்பான். படித்து, நற்பண்புகளையும் கற்று தன் பெயரைக் காப்பாற்றும் மாணவனாகத்தான் வருவான் என்று நம்பவேண்டும். மாணவர்கள் ஆசிரியர்களை நம்ப வேண்டும். ஆசிரியர்கள் நம் நன்மைக்குத்தான் எல்லாம் சொல்கிறார்கள் என்று நம்பவேண்டும். நல்ல நண்பர்களை நம்பவேண்டும்.

"நம்பிக்கைதான் வாழ்க்கை. வாழ்க்கைதான் நம்பிக்கை" என்ற கருத்துக்கேற்ற ஒரு கதையை

இணைய தளத்தில் படித்தேன். அதை உங்களுடன் பகிர்வதில் பெரு மகிழ்ச்சி.

Love you all! - ஒரு சிறிய கதை...

ஒரு வார இறுதி விடுமுறைக்குப்பின், திங்கட்கிழமை காலை வகுப்பினுள் நுழைகிறார் ஆசிரியை சுமதி. அவருக்கு ஒரு வழக்கம் இருந்தது. அதாவது வகுப்பறைக்குள் நுழைந்ததுமே மாணவர்களைப் பார்த்து 'Love you all!' என்று சொல்வது. தான் சொல்வது பொய்யென்று அவருக்கே தெரியும். ஆனால் வேறு வழியே இல்லை.

ஆம்! சுமதி ஆசிரியையால், அந்த வகுப்பிலுள்ள ஒரேயொரு மாணவனை மட்டும் நேசிக்க முடியவில்லை. காரணம், ஒழுங்காய் உடுத்தாத, எதிலுமே ஒழுங்காய் இல்லாமல் சுட்டிக்காட்டுவதற்கு எந்தவொரு சிறப்புத்தன்மையும் இல்லாத 'மணி' என்கிற மணிகண்டன் தான் அந்த மாணவன்! அவனிடம் மட்டும் ஆசிரியை சுமதி நடந்துகொள்ளும் விதம் சற்று வித்தியாசமானது! எந்தவொரு தவறான விஷயத்திற்கும் அவனையே உதாரணம் காட்டினார். எந்த நல்ல விஷயத்திற்கும் அவனை நிராகரித்தார். அவ்வாண்டிற்கான காலாண்டு பரீட்சை வந்தது. முன்னேற்ற அறிக்கைகள் வகுப்பாசிரியர்களிடமிருந்து தலைமை ஆசிரியரின் கையெழுத்துக்கு அனுப்பப்பட்டன.

ரிப்போர்ட்களைப் பார்வையிட்டுக் கையொப்பமிட்டுக் கொண்டிருந்த அந்தப் பள்ளியின் தலைமை ஆசிரியர், ஆசிரியை சுமதிக்கு அழைப்பு விடுத்தார். அவர் வந்ததும், "முன்னேற்ற அறிக்கை என்பது ஒரு பிள்ளையின் முன்னேற்றத்தை

அறிவிக்கவேண்டும். தன் பிள்ளைக்கும் ஓர் எதிர்காலம் உண்டென்ற நம்பிக்கையை பெற்றோருக்குத் தரவேண்டும்! நீங்கள் எழுதியிருப்பதை பார்க்கும்போது பெற்றோர் அவன்மீது நம்பிக்கை இழந்துவிடுவார்கள்!" என்று மணியின் முன்னேற்ற அறிக்கையை சுட்டிக் காட்டிக் கூறினார்.

ஆசிரியை சுமதியோ "என்னால் ஒன்றுமே செய்யமுடியாது. அவனைப்பற்றி எழுதுவதற்கு என்னிடம் ஒரு நல்ல விஷயம்கூட இல்லை!" என்றார். தலைமை ஆசிரியர் அலுவலக ஊழியர் ஒருவரிடம் மணியின் கடந்த கால முன்னேற்ற அறிக்கைகளை கொண்டு வந்து சுமதியிடம் கொடுக்குமாறு பணித்தார். அறிக்கைகள் கொண்டுவரப்பட்டன. ஒவ்வொரு ஆண்டாய் விரித்துப்படிக்கிறார் சுமதி. வியந்து போனார். மூன்றாம் வகுப்பு அறிக்கையில் "வகுப்பின் மிகத்திறமையான மாணவன் மணி" என இருந்ததைக் கண்டு தான் வாசித்ததை நம்பமுடியாமல் அதிர்ச்சி அடைந்தார் சுமதி.

நான்காம் வகுப்பு அறிக்கை சொன்னது. "மணியின் தாய் புற்றுநோய் முற்றிய நிலையில் உள்ளார். அதனால் மணி மீது முன்னர்போல அவரால் கவனம் செலுத்த முடியவில்லை. அதன் விளைவு அவனிடம் தெரிய ஆரம்பித்திருக்கிறது." ஐந்தாம் ஆண்டின் அறிக்கை இவ்வாறு சொன்னது, "மணியின் தாயார் இறந்துவிட்டார். அவன்மேல் அக்கறை காட்டும் உறவு தேவைப்படுகிறது. இல்லையேல் நாம் அந்தக் குழந்தையை இழந்துவிடுவோம்!". கண்களில் கண்ணீருடன் சுமதி தலைமை ஆசிரியரைப் பார்த்து "இப்போது என்ன செய்ய வேண்டுமென்று எனக்குப் புரிகிறது" என்று ஓர் உறுதியோடு கூறினார்.

அடுத்த திங்கள்கிழமை காலையில் ஆசிரியை சுமதி வகுப்புக்குச் சென்று பிள்ளைகளைப் பார்த்து வழக்கம்போல் '*Love you all*' என்றார். இம்முறையும் தான் பொய்தான் சொல்கிறோம் என்று அவருக்குத்தெரியும். ஏனென்றால், தற்போது மற்றக் குழந்தைகளைவிட மணி எனும் மணிகண்டன் மீது அவரது அன்பு அளவு கடந்திருந்தது. மணியுடனான தன் அணுகுமுறையை மாற்றிக்கொள்வதென்று அவர் தீர்மானித்திருந்தார். அதன் பின்னர் ஒவ்வொரு நல்ல விஷயத்திற்கும் மணியின் பெயர் உச்சரிக்கப்பட்டது. ஒவ்வொரு தவறான உதாரணங்களின் போதும் அவன் பெயர் கவனமாய் தவிர்க்கப்பட்டது.

அவ்வாண்டின் பள்ளி இறுதிநாள் வந்தது. எல்லா மாணவர்களும் தம் ஆசிரியருக்கென பரிசுகள் கொண்டு வந்திருந்தார்கள். அவற்றிற்குள் ஒரு பெட்டி மட்டும் ஓர் பழைய செய்தித்தாளால் சுற்றப்பட்டிருந்தது. ஆசிரியை சுமதிக்கு அதைப் பார்த்ததுமே அது மணியிடமிருந்துதான் வந்திருக்க வேண்டுமென உள்ளுணர்வு சொல்லியது. முதலில் அதையே பிரித்தார். பிரித்ததும், அதனுள் பாதி உபயோகித்த சென்ட் பாட்டில் ஒன்றும், சில கற்கள் கழன்று விழுந்த பித்தளை மோதிரம் ஒன்றும் இருந்தது. அந்தப் பொருள் மணியோடது என்று புரிந்துகொண்ட முழு வகுப்பறையுமே சிரித்தது. ஒன்றுமே சொல்லாமல் ஆசிரியை சுமதி அந்த வாசனைத் திரவியத்தை தன்மீது பூசிக்கொண்டார். அந்த மோதிரத்தை எடுத்து தன் கையில் அணிந்துகொண்டார். மெல்லியதாய் ஒரு புன்னகையுடன் மணி சொன்னான், "அம்மா! இப்போது உங்களிடம் என் தாயின் வாசம் வருகிறது. இறக்கும் முன் அவர் இறுதியாய் வைத்திருந்த சென்ட்

இதுதான். இந்த மோதிரம்தான் அவரைப் புதைக்கும் முன் அவர் உடலில் இருந்து அகற்றப்பட்டது!". சுமதி ஆசிரியைக்கு மனம் லேசாக கனத்தது.

ஓராண்டு கழிந்தது. ஆசிரியை சுமதியின் மேசையில் ஓர் கடிதம் கிடந்தது. "*I have seen few more teachers. But you are the best teacher I have ever seen - With love Mani.*" தமிழில், "**நான் இப்பொழுது இன்னும் நிறைய ஆசிரியர்களையும், ஆசிரியைகளையும் சந்தித்து வருகிறேன். ஆனால் நான் சந்தித்த ஆசிரியர்களிலே சிறந்த ஆசிரியர் நீங்கள்தான் - அன்புடன் மணி**".

ஒவ்வொரு ஆண்டு இறுதியிலும் ஒரு கடிதம் கிடைத்தது. அதே வரிகளுடன். "*I have seen few more teachers. But you are the best teacher I have ever seen - With love Mani.*" ஆண்டுகள் பல வேகமாய் உருண்டன. அவர்களுக்கிடையேயான தொடர்பு எப்படியோ அறுந்துபோனது. ஆசிரியை சுமதி ஓய்வுபெற்றிருந்தார். பல ஆண்டுகளின் பின்னர் அவருக்கு ஒரு கடிதம் வந்து சேர்ந்தது. கடிதம் டாக்டர் மணிகண்டனிடம் இருந்து...

Mrs. Sumathi,

I have seen many more people in my life. You are the best teacher I have ever seen. Now I am going to get married. I cannot dream of my marriage without your presence.

I am your Mani.

Dr. Manikandan

அத்துடன் திருமணத்திற்கு மதுரையில் இருந்து சென்னைக்குப் போய்வர சுமதி ஆசிரியை பெயரில் விமான டிக்கட்டுகளும் இணைக்கப்பட்டிருந்தன. ஆசிரியை சுமதிக்கு இருப்புக் கொள்ளவில்லை. அவரிடம் மணிகண்டன் கொடுத்த அந்த செண்ட் பாட்டில் தற்போது இல்லை. ஆனால் மோதிரம் பாதுகாப்பாய் இருந்தது. அதை அணிந்துகொண்டு திருமணத்திற்கு

சென்னைக்குப் புறப்பட்டார். சென்னைக்குச் சென்று, ஒரு ஆட்டோ பிடித்து திருமணம் நடைபெறும் மண்டபத்திற்குச் சென்றார். மண்டபத்தில் பின் வரிசையில் இருந்த இருக்கையொன்றில் அமர முற்பட்டபோது அங்கிருந்த ஒருவர் ஓடிவந்து, அவரை அழைத்துச் சென்று, முன் வரிசையில் இருந்த ஆசனம் ஒன்றை நோக்கி அழைத்துச் சென்றார். அவருக்கென ஒதுக்கப்பட்டிருந்த ஆசனத்தில் எழுதப்பட்டிருந்தது ஒரு உயிருள்ள வாசகம் ''அம்மாவுக்கு - For My MOTHER''.

திருமணம் இனிதே முடிந்தது. மணிகண்டன் தன் புது மனைவியிடம் ஆசிரியை சுமதியை அறிமுகம் செய்துவைத்தார். ''இவர் மட்டும் இல்லையென்றால் நான் இன்று இந்த இடத்தில் நின்றிருக்கவே முடியாது'' - மணிகண்டனின் கண்களில் கண்ணீர். ஆசிரியை சுமதி பெண்ணைப் பார்த்து சொன்னார் ''மணி இல்லையென்றால், ஒரு ஆசிரியர் என்பவர் தன் மாணவர்களுக்கு முதலில் ஒரு தாயாய் இருக்க வேண்டுமென்பதை நான் அறிந்திருக்கவே முடியாது!''.

இக்கதையின் மூலம், ஆசிரியர் சுமதி, முதலில் மணி மீது நம்பிக்கை இல்லாமல் இருந்தார். தன் தவறை உணர்ந்த பிறகு, ''மணியால் நிச்சயம் சாதிக்க முடியும்'' என முழுமையாக நம்பினார். மணியும் தன் ஆசிரியர் மேல் நம்பிக்கை கொண்டு, அவர்கள் வைத்த நம்பிக்கையையும் வீணடிக்காமல் ஒரு சாதனை மருத்துவராகி, தன்னை நேசித்த ஆசிரியரின் நம்பிக்கைக்கும் பாத்திரம் ஆனார் என்றால் அது மிகையாகாது. ''நம்பிக்கை தான் வாழ்க்கை. வாழ்க்கை தான் நம்பிக்கை'' என்பது உங்களுக்கும் புரிந்திருக்கும். அதை மஞ்சுவின் கவிதை வரிகளும் ஆம் என்கிறது பாருங்கள்.

நம்பிக்கை:

நிஜமான உறவின்மேல் நீ கொள்வது – நம்பிக்கை!!!
பிரியாத நிழலின்மேல் நீ கொள்வது – நம்பிக்கை!!!
துரோகமில்லா உறவில் நீ கொள்வது – நம்பிக்கை!!!
தூய்மையான உயிரில் நீ கொள்வது – நம்பிக்கை!!!
நிதர்சனமான நேசத்தில் நீ கொள்வது – நம்பிக்கை!!!
சரியாக நம்பிக்கை வை!!
சாதனையை பையில் வை !!

தன்னம்பிக்கை – Self Confidence

ஒரு மனிதனின் வெற்றிக்கு நம்பிக்கை எந்த அளவிற்கு ஆதாரமோ, அதைவிட பன்மடங்கு "தன்னம்பிக்கை" மிகமிக முக்கியம். தன்னம்பிக்கை என்பதை 'தன்னிலை உணர்தல்' என்றும் கூறலாம். தன்னைப் பற்றியும், தன்னால் முடியும் என்று நினைப்பதே தன்னம்பிக்கை. என்னால் முடியும், என்னாலும் சாதிக்க முடியும், நான் ஜெயிப்பேன் என்று நினைப்பதும் தன்னம்பிக்கை. நம்பிக்கை என்பது ஒரு மனிதனுக்கு ஒரு யானையின் பலம் என்றால், தன்னம்பிக்கை என்பது பத்து யானையின் பலத்திற்கு சமமானது. வெறும் கனவு மட்டும் இருந்தால் சாதிக்க முடியாது. தன்னம்பிக்கையுடன் கூடிய கனவு தான் வெற்றி பெறுகிறது. தன்னைத்தானே நம்புவது தான் தன்னம்பிக்கை. என்னால் முடியும் என்று நினை. அது கண்டிப்பாக நடக்கும். எது கேட்டாலும் தெரியாது என்று சொல்வதைவிட உங்களுக்குத் தெரிந்ததைக் கூறுங்கள். வெளிப்படுத்துங்கள். நீங்கள் தன்னம்பிக்கை மிக்க வெற்றியாளர் ஆகிவிடுவீர்கள்.

நம்பிக்கையின் வகைகள்

பொதுவாக நம்பிக்கையை மூன்றாகப் பிரிக்கலாம். ஒன்று அவநம்பிக்கை (Poor Confidence), மற்றொன்று

அதிநம்பிக்கை (Over Confidence), இந்த ரண்டுக்கும் நடுவில இருக்கிறது தான் தன்னம்பிக்கை (Self-Confidence). அவநம்பிக்கைக்கும், அதிநம்பிக்கைக்கும் உள்ள தூரம் ஒரு தலைமுடியளவு தான். மதில்மேல் பூனை மாதிரி. எப்ப வேணும்னாலும், எந்தப் பக்கம் வேணும்னாலும் மாறிடும்.

இந்த அவநம்பிக்கை உள்ளவன் எப்பப்பாத்தாலும் "என்னால முடியாது. என்னால எதுவுமே செய்ய முடியாது. எனக்குத் தெரியாது. எனக்கு எதுவுமே தெரியாது" என்பான். ஆங்கிலத்தில் சொன்னால் "I don't Know, I don't Know Anything" என்பார்கள். உதாரணத்துக்கு உனக்கு பாட்டுப்பாடத் தெரியுமான்னு கேட்டா "சாரி. எனக்கு பாட்டுப்பாட தெரியாது" என்பான். இப்ப என்ன இளையராஜா இசையில் பாட்டு பாடுறதுக்கா சான்ஸ் குடுக்குறாங்க. இங்கு இருக்குற அனைவராலுமே பாட்டு பாட முடியும். சிலர் நல்லா பாடுவாங்க. சிலர் ஓரளவுக்கு பாடுவாங்க. சிலர் அடுத்தவங்க ஓடுற மாதிரி பாடுவாங்க. அதனாலென்ன. எதாவது பாடலாமே. "எனக்கு பாடத்தெரியாது என்று சொல்வதைவிட ஓரளவுக்கு பாடுவேன்னு சொல்லுங்க". ஓரளவுக்குன்னா என்ன ஸ்கேல வச்சு அளந்தா பார்க்கப் போறாங்க. இன்னும்

சிலபேரு, "தம்பி, அந்த வேலையை கொஞ்சம் செஞ்சிருப்பா"ன்னு சொன்னா, "ஐயய்யோ, நீங்க என்ன சொல்றீங்கன்னே எனக்கு தெரியல" என்பார்கள். இவர்கள் எல்லாம் அவநம்பிக்கை உடையவர்களின் அடையாளம்.

இன்னும் சிலர் இருப்பார்கள். தனக்குத் தான் எல்லாமே தெரியும் என்பார்கள். அதையே ஆங்கிலத்தில் சொன்னா "*I Know Everything*" என்பார்கள். உதாரணத்திற்கு ஏதாவது ஒரு வேலையக் கொடுத்து அதைச் செய்யச் சொன்னீங்கனா, "அதான் எனக்குத் தெரியுமே" என்பார்கள். இன்னும் சில அதிமேதாவிகள் "அது எனக்கு மட்டும் தான் தெரியும். என்னால் மட்டுமே செய்ய முடியும்" என்பார்கள். கடைசியில் வேலையை ஒழுங்காகவும் செய்யமாட்டார்கள். இவர்கள் எல்லாம் அதிநம்பிக்கை உள்ளவர்கள்.

இந்த இரண்டுக்கும் இடைப்பட்டவர்கள் தான் தன்னம்பிக்கை உள்ளவர்கள். தன்னம்பிக்கை மிக்கவர்கள் "என்னால் முடியும், என்னால் செய்ய முடியும், என்னால் சாதிக்க முடியும், எனக்கு கொஞ்சம் தெரியும்" என்று சொல்வார்கள். ஆங்கிலத்தில் சொல்லப்போனால், "*I KNOW SOMETHING. Yes! I CAN DO IT*" என்று ஆணித்தரமாக சொல்வார்கள். தன்னம்பிக்கைக்கும் தலைக்கனத்திற்கும் ஒரே ஒரு வித்தியாசம்தான். "என்னால் முடியும்" என்று சொல்பவன் தன்னம்பிக்கை உள்ளவன். "என்னால் மட்டுமே முடியும்" என்று சொல்பவன் தலைக்கனம் பிடித்தவன். அதற்காக தெரியாத ஒன்றைத் தெரியும் என்று சொல்லச் சொல்லவில்லை. உங்களுக்குத் தெரிந்த ஒன்றை, அது சார்ந்தவற்றைத் தெரியும் என்று கூறுங்கள்.

தமிழ் அகராதியில் இருந்து நீக்கப்பட வேண்டிய இரண்டு சொற்கள்: முடியாது, தெரியாது. வெற்றி எனும் சிகரத்தை அடைய இரண்டாம் படி: தன்னம்பிக்கை. எப்பொழுதுமே தன்னம்பிக்கை உள்ளவராக இருங்கள். வெற்றி உங்கள் பக்கம் தான் இருக்கும். தன்னம்பிக்கைக்கு உதாரணமாக என் வாழ்க்கையில் நடந்த சுவாரஸ்சியமான ஒரு கதையை உங்களுக்குச் சொல்கிறேன்.

தன்னம்பிக்கை தான் வாழ்க்கை

நான் பத்தாம் வகுப்பை முடித்துவிட்டு, மூன்றாண்டு தொழிற்கல்வி, அதாவது டிப்ளமோ மின் மற்றும் மின்னணுவியல் பிரிவில் படித்துவிட்டு, மாநிலத்திலேயே முதல் மாணவனாகத் தேர்ச்சி பெற்றேன். எனது இலட்சியக் கனவான "விஞ்ஞானியாக வேண்டும்" என்ற அந்த அற்புதக்கனவு நிறைவேறும் வகையில், கம்பெனி பெயரில் "ஆராய்ச்சி நிறுவனம்" என்று இருந்தால் மட்டுமே வேலைக்கு விண்ணப்பித்துக் கொண்டு இருந்தேன். அதற்கேற்ப, மத்திய அரசின் *CSIR - Council of Scientific & Industrial Research*, அதன் கீழ் இயங்கும் சண்டிகாரில் தலைமையகம் அமையப்பெற்ற, *Central Scientific Instruments Organisation* - மத்திய அறிவியல் கருவிகள் நிறுவனத்தில், ''விஞ்ஞானிகளின் உதவியாளன்'' *(Junior Scientific Assistant)* வேலைக்கு நான் விண்ணப்பித்திருந்தேன். வேலைக்கு விண்ணப்பித்த சில மாதங்களிலேயே, எழுத்துத்தேர்வுக்கு *(Written Test)* அழைக்கப்பட்டேன். சென்னை, லேடி வில்லிங்டன் கல்லூரியில் வைத்து எழுத்து தேர்வு நடைபெற்றது. இதுபோல ஒவ்வொரு மாநிலத்திலேயும் தேர்வுகள் நடத்தப்பட்டன. கிட்டத்தட்ட மூவாயிரம் (3000) பேர் எழுதிய தேர்விலும் முதல் இடம் பெற்று, நேர்முகத்

தேர்வுக்கு தேர்வாகி இருந்தேன். படித்து முடித்தவுடன், மிகுந்த ஆர்வத்துடனும், ஈடுபாட்டுடனும், தீவிர முயற்சி, தொடர் முயற்சி, விடா முயற்சியின் காரணமாகவும், ஆறு மாத காலத்திற்குள்ளேயே, அரசுப்பணி வேலைக்கு நேர்முகத் தேர்வுக்கு அழைப்பு வந்திருந்தது.

முதன்முதலில் வட இந்தியா நோக்கிப் பயணம். ஏன், முதன்முதலில் தமிழ்நாட்டை விட்டு வெளிமாநிலத்திற்குச் செல்லும் ஒரு அற்புதமான வாய்ப்பு. ஹிந்தி சொட்டளவும் தெரியாது. அரைகுறை ஆங்கிலம்தான். முழுசா இரண்டு வாக்கியம் பேசுவதென்றால் கஷ்டம்தான். ஆனாலும் என்னால் முடியும் என்ற ஒரு பெருத்த நம்பிக்கை இருந்தது. முந்தைய அத்தியாயங்களில் நான் சொன்னதுபோல, சண்டிகாருக்கு எப்படிச் செல்லவேண்டும், என்று கிளம்ப வேண்டும் என்பதையெல்லாம் திட்டவட்டமாக திட்டங்கள் தீட்டி, தயாரப்படுத்தி, செயல்படுத்த (Plan, Prepare and Perform) துவங்கினேன். சண்டிகாரும் சென்றடைந்தேன். அதிகாலையிலேயே, நேர்முகத்தேர்வு (interview) நடக்கும் இடத்தைச் சென்றடைந்தேன். மொத்த போட்டியாளர்கள் 48 பேர். ஒவ்வொருவராக உள்ளே அழைக்கப்பட்டு, நேர்முகத்தேர்வு முடிந்து வெளிவரும் போதே, ஒருவித நம்பிக்கை இல்லாமல், "Interview-வை ஏதோ பேருக்கு நடத்துகிறார்கள். ஏற்கெனவே, அந்த அலுவலகத்திலே தற்காலிகமாக வேலைபார்க்கும் சில பேரைத்தான் தேர்ந்தெடுக்கப் போகிறார்கள். எல்லாம் வேஸ்ட். நம்ம நேரமும் வேஸ்ட்" என்று அலுத்துக்கொண்டார்கள்.

எனக்கோ, எந்தவித பயமும் இல்லை. தயக்கமும் இல்லை. "நாம் நமது கடமையை சிறப்பாகச் செய்வோம். மற்றவற்றை ஆண்டவன் பார்த்துக்கொள்வான்"

என்று மனதில் நினைத்துக்கொண்டேன். நேரம் போய்க்கொண்டே இருக்கிறது.

நேரம் மாலை ஐந்து மணியாகிவிட்டது. ஜனவரி மாதம் வட இந்தியாவில் குளிர்காலம் என்பதால், மாலை நாலு மணிக்கே இருட்ட ஆரம்பித்தது. கடைசியாக 48-வது நபராக நான் உள்ளே அழைக்கப்பட்டேன். கிட்டத்தட்ட எல்லாம் முடிந்து, முடிவு செய்த நிலையில், பேருக்கு நான் அழைக்கப்பட்டேன். 14-பேர் கொண்ட நேர்முகத் தேர்வுக் குழு. எதற்கும் நான் பயப்படவில்லை. சிறிதும் நடுக்கம் கூட இல்லை. என் வாழ்நாளிலே, நான் முதன் முதலில் சந்திக்கும் ஒரு நேர்முகத் தேர்வு. "Very Good Evening" என்று கனத்த குரலில், கம்பீரமாகச் சொன்னேன். தேர்வுக்குழுவில் நடுநாயகமாக அமர்ந்திருந்தவர் அந்த நிறுவனத்தின் இயக்குநர் என்பது அப்போது எனக்குச் சற்றும் தெரிந்திருக்கவில்லை.

என்னுடைய உற்சாகக்குரலைக் கேட்டவுடன், அந்த இயக்குநரோ, என்னைப்பற்றி அவரே மிகத்தெளிவாகச் சொல்ல ஆரம்பித்துவிட்டார். "உங்கள் பெயர் அய்யப்பன், தமிழ்நாட்டைச் சேர்ந்தவர். பயிலகப் படிப்பில் மாநிலத்திலேயே முதல் மாணவர். நாங்கள் நடத்திய எழுத்துத்தேர்விலும் முதல் மதிப்பெண். இப்போது உங்களுக்கு பதினேழு வயதாகிறது. இந்தப் பணியில் நீங்கள் சேர்ந்தால், இந்தியாவிலேயே குறிப்பாக, CSIR-ல் பதினெட்டு வயதில் பணிக்கு சேரும் இளம் விஞ்ஞானி" என்று சடசடவென ஆங்கிலத்திலும், ஹிந்தியிலும் கலந்து அவர் சொன்னது, பாதிதான் புரிந்தாலும், என்னையே கூச்செரியச் செய்தது என்னைப்பற்றிய அவரது அறிமுக உரை.

மற்றொரு உறுப்பினர் "அய்யப்பன் ஜி. ஆப்கோ ஹிந்தி மாலும் ஹை?", என்று ஹிந்தியில் கேட்க, நான் திருதிருவென்று முழிக்க, "அய்யப்பன், உங்களுக்கு ஹிந்தி தெரியுமா?" என்பதை ஆங்கிலத்தில் அவர் மீண்டும் கேட்க, சற்றும் அவர் எதிர்பாராத வகையில், தமிழில் எனக்குப் பிடிக்காத "தெரியாது" என்ற வார்த்தையை உபயோகிக்காமல், "ஹிந்தியை மூன்றே மாதத்தில் கற்றுக்கொள்வேன்" என்று நான் தன்னம்பிக்கையோடு கூறியதை அவரும் வரவேற்றார்.

பின்னர் மற்றுமொரு உறுப்பினர், "Mr. அய்யப்பன். நீங்கள் இந்த வேலைக்கு விண்ணப்பிக்கும் போது, நாங்கள் கொடுத்திருந்த அறிவிப்பைப் படித்தீர்களா?" என்று கொஞ்சம் நக்கலாகவே கேட்டார். அதற்கு நானோ, "இதோ. அந்த பேப்பர் கட்டிங்கை நானே வைத்திருக்கிறேன்" என்று கூறி, எனது ஃபைலில் இருந்த அந்த துண்டு பேப்பரை அவரிடம் காண்பித்தேன். அதற்கு அவரோ, "நீங்களே படியுங்கள்" என்றார். நானும் படிக்க ஆரம்பித்தேன். "மூன்றாண்டு டிப்ளமோ + இரண்டு ஆண்டு அனுபவம் வேண்டும்" என்பதைப் படித்தவுடனே, அவரே குறுக்கிட்டு, "நாங்கள் இரண்டு ஆண்டு வேலை அனுபவம் உள்ளவர்களைத்தான் விண்ணப்பிக்க அழைத்திருந்தோம். நீங்கள் எப்படி இந்த வேலைக்கு விண்ணப்பிக்கலாம்?" என்று மீண்டும் நக்கலாக கேட்டார். நானும் சளைக்காமல், "நான்தான் ஒரு ஆர்வத்தில் விண்ணப்பித்தேன். ஒருவேளை, வாய்ப்பு கிடைத்தால் வெற்றி பெறுவேன் என்ற நம்பிக்கையும் இருந்தது. அதோடு நீங்களும் என்னை எழுத்துத் தேர்வுக்கும் அழைத்திருந்தீர்கள். நேர்முகத் தேர்வுக்கும் அழைத்திருக்கிறீர்கள். அப்படி என்றால் நான் இந்த

வேலைக்குப் பொருத்தமானவன் என்பதால்தானே அழைத்திருக்கிறீர்கள். நீங்கள் என்னைக் கேள்வி கேளுங்கள். நான் சரியாக, உங்களுக்குத் தேவையான விதத்தில் பதில் அளித்தால், என்னைத் தேர்வு செய்யுங்கள். அல்லது இதையே நான் ஒரு அனுபவமாக எடுத்துக் கொள்வேன்" என்றேன் சற்றும் பதட்டம் இல்லாதவனாய்.

இந்த மாதிரி ஒரு பதிலை சற்றும் எதிர்பார்க்காத தேர்வுக்குழு, "உங்களுத்தான் வேலை அனுபவமே இல்லை என்று சொல்கிறீர்களே. உங்களிடம் என்ன கேட்பது....?" என்று சற்று தயக்கத்துடன் வினவினார்.

நானோ, இதுதான் சமயம். காற்றுள்ள போதே தூற்றிக்கொள் என்பார்களே, அதை மனதில் கொண்டு, "தெரியாது என்று சொல்வதைவிட, நமக்குத் தெரிந்தவைகளை கூறினால் அது நமக்கு உதவியாக இருக்குமே" என்று மனதில் கொண்டு, "அய்யா எனக்கு தொழில் நிறுவனத்தில் வேலைக்குச் சேர்ந்த அனுபவம் தான் கிடையாது. ஆனால், நான் மிக நன்றாக "Stereo Amplifier", "Digital Clock" போன்றவைகளை, நிறைய அசெம்பிள் செய்து விற்றிருக்கிறேன். அந்த அனுபவம் இருக்கிறது" என்று தன்னம்பிக்கையோடு எனக்குத் தெரிந்தவற்றைக் கூறினேன். உடனே குழுவில் உள்ள உறுப்பினர்கள் அனைவரும் கொல்லென்று சிரித்துவிட்டார்கள். நாம் ஆராய்ச்சியைப் பற்றி பேசிக் கொண்டிருந்தால், இவனோ, பொழுது போக்குச் சாதனமான ஆம்பிளிஃபையரையும், கிளாக்கை பற்றியும் சொல்கிறானே என்று நக்கல் அடித்துப் பேசினார்கள். நானோ, "இதில் இருக்கும் சின்னச்சின்ன Concept தான், ஆராய்ச்சியில் பெரிய பெரிய வேலைகளை எல்லாம் செய்கிறது" என்றேன்.

உடனே சுதாரித்த ஒரு தாடிக்கார சர்தார்ஜி, "Theeke. Ayyappan Ji, mujhe batao ki ampaleephaayar mein mahatvapoorn maanadand kya hai" என்று ஹிந்தியும் கொஞ்சம் பஞ்சாபியும் கலந்து கேட்டார். எனக்கு கொஞ்சமும் விளங்கவில்லை. அவரிடமே, "அய்யா, நீங்கள் கேட்ட கேள்வியை ஆங்கிலத்தில் கேட்க முடியுமா?" என்று கேட்டேன். அவரும் சிரித்துக்கொண்டே, "ஓ கே. Amplifier என்று சொன்னாயே. அதில் உள்ள மிக முக்கியமான சிறப்பு அம்சம் என்று எதைச்சொல்வாய்" என்பதை ஆங்கிலத்தில் கேட்டார். நானும் சற்றும் யோசிக்காமலேயே "NOISE" அதாவது "இரைச்சல்" என்று சொன்னேன். அதற்கு அந்த சர்தார்ஜியோ, "NOISE"-ஆ என்று ஆச்சர்யமாக வினவினார். "ஆமாம்" என்றேன் நானும். "அப்படி என்றால் அந்த 'NOISE' பற்றி உன்னால் விரிவாக சொல்லமுடியுமா" என்றார் அந்த சர்தார்ஜி. நானும் ஒரு பேப்பரை எடுத்துக்கொண்டு, கிட்டத்தட்ட ஒரு ஐந்து நிமிடம் "NOSIE" என்று தொடங்கி, "Types of Noise", "Sources of Noise", "How to elimate NOISE" என்று பேசினேன். பேசிக்கொண்டே இருந்தேன். அந்த சர்தார்ஜியோ "பஸ்... பஸ்.. பஸ்ஸ். போதும் போதும். நீ ரொம்பவே கரெக்டா சொன்ன. நாங்க இப்ப செய்துகொண்டு இருக்கிற ஆராய்ச்சியிலே "NOISE" தான் ஒரு பெரிய போராட்டமா இருக்குது. கிட்டத்தட்ட இரண்டு வருடமா போராடிக் கொண்டு இருக்கிறோம். உன்னை அப்படியே என்னோட புராஜெக்டுக்கு தேர்வு செய்து கொள்கிறேன்" என்றார். அப்போது தான் விளங்கியது, அந்த மிகப்பெரிய ஆராய்ச்சிக்குழுவின் தலைவர் அவர் என்பது. பிற்காலத்தில் அவரிடம் சேர்ந்துதான் ஆராய்சி செய்யப்போகிறேன் என்பதை அறியாதவனாய்.

தேர்வுக்குழுவே அப்படியே அசந்து போனது எனது பதிலைக் கேட்டதும்.

உடனே, இன்னுமொரு குழு உறுப்பினர், "Digital Clock என்று சொன்னாயே. அதைப்பற்றியும் உன்னால் சொல்ல முடியுமா?" என்றார். "முடியுமா?" என்ற வார்த்தைக்கே இடம் கொடுக்கக்கூடாது, என்று நினைத்திருந்த நான், உடனே, "முடியும் ஐயா. எனக்கு ஒரு பேப்பர் மட்டும் தாருங்கள்" என்று சொல்லிவிட்டு, பேப்பரை தந்தவுடன், "Digital Clock" பற்றிய வரைபடங்களை வரைந்து, அதன் செயலாக்கம் பற்றியும் விளக்கம் கொடுத்தேன். அவரும் அப்படியே அசந்து போனார். கிட்டத்தட்ட 45-நிமிடங்கள் முடிந்தன. குழுவில் இருந்த அனைவரும் என்னைப்பார்த்து "சூப்பர்" என்றார்கள். "நீங்கள் செல்லலாம்" என்றும் சொன்னார்கள். நான் சும்மா இருக்காமல், குழுவின் நாயகனாக வீற்றிருந்த இயக்குநரைப் பார்த்து, "அய்யா, என்னுடைய பதில்கள் திருப்திகரமாக இருந்ததா?" என்று கேட்க, அந்த இயக்குநர், தன்னையும் மறந்து, எழுந்து வந்து, என்னை கட்டித்தழுவி, "உன்னுடைய பதிலைவிட, உன்னுடைய தன்னம்பிக்கைதான் ரொம்ப நல்லா இருந்தது. நாங்க ஏற்கெனவே முடிவு செய்ததை மாற்றி, உன்னைத் தேர்வு செய்யப்போகிறோம். அதற்கான பரிந்துரையையும், இரண்டு ஆண்டு அனுபவத்தை தள்ளுபடி செய்யவும் நான் முடிவு செய்து உள்ளேன். கூடிய விரைவில் உனக்கு நியமனக் கடிதம் வந்து சேரும். நீயும் வந்து சேர்ந்துவிடு" என்றார் ஆனந்தமாக.

இரண்டு மாதங்களுக்குப் பின்னர், நியமனக் கடிதமும் (Appointment Letter) வந்து சேர்ந்தது. ஹிந்தி தெரியாத சூழ்நிலையிலும், சமைக்கத் தெரியாத

அந்த சூழ்நிலையிலும் கூட "என்னால் முடியும்" என்ற தன்னம்பிக்கையோடு அந்தப் பணியில் 1991-ஆம் ஆண்டு ஏப்ரல் 22-ஆம் தேதி சேர்ந்தேன். நான் பணியில் போய் சேர்ந்த போது, அந்த வளாகத்தின் இயக்குநர் அய்யா அவர்கள் சொன்னது இன்னும் என் காதுகளில் கேட்டுக்கொண்டே இருக்கிறது. "கொஞ்சம்கூட ஹிந்தி தெரியாத போதிலும், அதை நான் கற்றுக்கொள்வேன் என்பது உனது தன்னார்வத்தைக் காட்டுகிறது. 'தெரியாது' என்று சொல்வதைவிட்டு, உனக்குத் தெரிந்தவற்றைச் சொன்னாயே, அது தான் இந்த வேலையையும் உனக்கு வெற்றிக்கனியாகப் பெற்றுத் தந்திருக்கிறது - அது உனது தன்னபிக்கையை காட்டுகிறது".

வேலைக்குச் சேர்ந்த முதல் மாதம் முழுக்க, "*NOISE*" பற்றி கேட்ட சர்தார்ஜிக்கும், "Digital Clock" பற்றி கேள்வி கேட்ட தலைமை விஞ்ஞானிகளுக்குள் சண்டை. "அய்யப்பன் என்னுடைய புராஜக்டில் தான் சேர வேண்டும்" என்று. முடிவில் வென்றது சர்தார்ஜிதான். இரண்டே மாதங்களில் ஆங்கிலத்தையும், ஹிந்தியையும் கொஞ்சம் பஞ்சாபியையும், சமையல் கலையையும் கற்றுக்கொண்டேன். இன்றுடன் கிட்டத்தட்ட 31 ஆண்டுகள் பணி நிறைவு செய்து, வெற்றியும் பெற்றிருக்கிறேன் என்றால் அது எனக்குள் இருந்த, "தன்னம்பிக்கை" தான் என்றால் அது மிகையாகது. இன்று சமைக்கவும் தெரியும், ஹிந்தியில் பேசவும் தெரியும், பாடவும் தெரியும். பாட்டிசைக்கவும் தெரியும். முடியாது என்று எதுவும் இல்லை. முயன்றால் சாதிக்கலாம் என்பதற்கு என் வாழ்க்கையே ஒரு சான்றாகும்.

தன்னம்பிக்கையை வளர்க்க

உங்களுக்குள்ளே தன்னம்பிக்கை என்னும் விதையை விதைத்து, அதை வேரூன்றி வளர்க்க சில வழிமுறைகள். முதலில் உங்களையே நீங்கள் நேசிக்கக் கற்றுக்கொள்ளுங்கள். அதாவது "Love Yourself". இரண்டாவதாக, எப்பொழுதுமே நேர்மறையான சிந்தனைகளை வளர்த்துக்கொள்ளுங்கள். எதிர்மறையாக பார்க்கும் சுபாவத்தை விட்டுத்தள்ளுங்கள். ஆங்கிலத்தில் "Have +ve Thinking always" என்று சொல்வார்கள். எப்பொழுதுமே யதார்த்தமான இலக்குகளை உருவாக்கிக் கொள்ளுங்கள். அதாவது "Set Realistic GOALS". எப்பொழுதுமே என்னால் முடியும் என்று நினையுங்கள். அது நடக்கும். தோல்விகளை வெற்றிப்படிக்கட்டுகளாக மாற்றுங்கள். உங்களுடைய முயற்சி எப்பொழுதுமே வெற்றியைத்தரும் என்றும் நம்புங்கள். அதுதான் வாழ்க்கை. உங்களுக்குள் இருக்கும் தன்னம்பிக்கையை வளர்க்கும். அதுவே உங்களை வாழ்வில் உயர்த்தும் என்பதை உணர்த்தும் வகையில் கவிதாயினி மஞ்சுவின் அற்புதமான கவிதை வரிகள் தொடர்கின்றன.

தன்னம்பிக்கை:

நகரும் நதி அழகு - வளரும் செடி அழகு...
முட்டும் மலை அழகு - முயலும் நீ அழகு...
தன்னம்பிக்கையுடன் எழுந்ததால்...!!
விடியாத வானிலும் விண்மீனாய் ஒளிர!
முடியாத பாதையில் முன்னேறி மிளிர!
நித்தமுன் வெற்றியின் சத்தம் தொடர!
தினமுன் தோல்வியின் வேள்வி நகர!
தூங்கும் மானின் ஏங்கும் விழியே....
விழித்திரு -- தன்னம்பிக்கையுடன்!!!

என்ன நண்பர்களே, ஜெயிப்பதற்கு நம்பிக்கையும், தன்னம்பிக்கையும் இரண்டு கண்கள் போல் என்று சொன்னால் இப்பொழுது ஒத்துக்கொள்வீர்கள் என்று நம்புகிறேன். நம்புங்கள். ஜெயிக்கலாம். தன்னம்பிக்கை கொள்ளுங்கள் சாதிக்கலாம். "வெற்றிக்கு முதல்படி: நம்பிக்கை". நல்லது எதிலும் நம்பிக்கை வையுங்கள் - வாழ்க்கையில் வெற்றி காணுங்கள். "வெற்றி எனும் சிகரத்தை அடைய இரண்டாம் படி: தன்னம்பிக்கை". எப்பொழுதுமே தன்னம்பிக்கை உள்ளவராக இருங்கள். வெற்றி உங்கள் பக்கம் தான் இருக்கும்.

ஐ * ஔ

அத்தியாயம் 8

ஒரு "மை" இருந்தால் வெல்லலாம்

வெற்றியின் இரகசியமாக இதற்கு முந்திய, முதல் மூன்று அத்தியாயங்களில் ஆங்கில எழுத்தை ஆரம்பமாகக் கொண்ட வார்த்தைகளைப் பார்த்தோம். சென்ற அத்தியாயத்தில் தாய்மொழி தமிழில் தொடங்கும் "கை" என்ற இரண்டு வார்த்தைகளை வைத்து ஆராய்ந்தோம். இந்த அத்தியாயத்தில் மீண்டும் தமிழை மூலமாகக் கொண்ட ஒரு எழுத்தை மையமாக வைத்து நான் சொல்ல வருவது, ஒரு "மை" இருந்தால் வெல்லலாம். ஒவ்வொரு மேடைகளிலும் மாணவர்களிடம், நான் இந்தத் தலைப்பில் பேசும் போது, கேட்கும் அந்த கேள்வியைத்தான் உங்களிடமும் கேட்கிறேன். அந்த "மை" என்னவாக இருக்கும்? சொல்லுங்களேன் பார்ப்போம்... அட சூப்பருங்க! என்னமா யோசிக்கிறீங்க. நீங்க பதில் சொல்றது எனக்கே கேட்கிறது. உங்கள் முயற்சிக்கு வாழ்த்துகள். ஒவ்வொருவரும் ஒரு "மை"-யை மையமாக வைத்துக் கூறுவது எல்லாமே சரிதான். சிலர் திறமை என்கிறீர்கள். சிலர் பொறுமை என்கிறீர்கள். சிலரோ கடமை என்கிறீர்கள், சிலரோ திறமை, பெருமை, வலிமை, புதுமை, எளிமை என்று நீங்கள் மைண்ட் வாய்ஸ்ல சொல்வதும் எனக்குக் கேட்கிறது. ஆனால் என்னுடைய வாழ்வில் நான் வெற்றி பெற மிகவும் உறுதுணையாக இருந்தது, இருப்பது என்றால், அந்த மை "ஒற்றுமை" என்று தான் சொல்லுவேன். அதை நீங்கள் எல்லோரும்

ஒற்றுமையோடு ஏற்றுக்கொள்வீர்கள் என்றும் நம்புகிறேன். அதை மெய்ப்பிக்கும் வகையில், நிறைய நடந்த உண்மை நிகழ்வுகளை உதாரணங்களாகக் கூறினால் நான் சொல்வது அப்பட்டமான உண்மை என்பது விளங்கும்.

வியாபாரம் செய்வதாகக்கூறி, 1757-ல் காலடி எடுத்து வைத்து, இராபர்ட் கிளைவ் என்ற ஆங்கிலேயர், பிளாசிப் போரின் மூலம் இந்தியாவில் வெற்றிக்கொடி நாட்டினார். பின்னர் 1857-ல் இருந்து 1947 வரை, பிரிட்டிஷ் அரசு, நம் நாட்டையே ஆள்வதாகக் கூறி, நம் தாய்த்திரு நாட்டையே கொள்ளையடிக்க ஆரம்பித்தனர். அற்புத பொக்கிஷங்களைச் சூரையாடவும், சுரண்டவும் செய்தனர். அந்நியர்களுக்கு எதிராக போர்க்கொடி தூக்கி, அகிம்சை வழியில்தான் நம் தாய்த்திருநாட்டையே வென்றெடுத்தோம். அவர்கள் மிரண்டதே, இந்த இந்தியர்களை, எப்படிப் பிரித்து நரி நாட்டாமை செய்தாலும், அவர்களுடைய பலமே, "ஒற்றுமை" என்று பயந்து நடுங்கியது வெள்ளைக்காரனது கோட்டை. முடிவில் வெற்றியும் கண்டோம். நம் நாட்டின் பெருமையே, நம்மை அடிமைப்படுத்தி, ஆண்டுவந்த ஆங்கிலேயனை ஓடஓட விரட்டியது நம்மிடையே இருந்த "இந்தியன்" என்ற ஒரே "ஒற்றுமை" உணர்வே என்றால் அது மிகையாகாது. "ஒற்றுமை மட்டுமே இந்தியா இல்லை. வேற்றுமையிலும் ஒற்றுமை காண்பதே இந்தியா" என்று சொல்லும்போது எவ்வளவு பெருமையாக இருக்கிறது. "மதங்கள் நூறு - ஆனால் கொள்கை ஒன்று. மொழிகள் நூறு - ஆனால் எண்ணம் ஒன்று. வேற்றுமையில் ஒற்றுமை அதுதான் எங்கள் பாரதநாடு" என்று மார்தட்டிக் கொள்ளலாம்.

தமிழகத்தின் பாரம்பரிய விளையாட்டான "ஜல்லிக்கட்டு" என்ற வீரவிளையாட்டுக்கு, விளையாட்டாக மத்திய அரசு தடைவிதித்த போது, அதை மீட்டெடுக்கப் பொங்கி எழுந்தது நம் தமிழக மாணவர்களின் "ஒற்றுமை" என்றால் அதற்கு மாற்றுக்கருத்து ஏதும் இருக்க முடியுமா? மறுக்கத்தான் முடியுமா? அப்போதுதான் சில பதர்களுக்கு, இளைஞர்களின் பலம் என்னவென்று புரிந்தது. மாணவர்களின் ஒற்றுமையும் விளங்கியது.

"சிங்கம்கூட அசிங்கப்பட்டுப் போகும், எருமைகள் ஒன்றுபட்டால்". உங்கள் ஒற்றுமையைக் கெடுக்கும் மனிதர்களை ஒதுக்கிவிட்டு, நீங்கள் ஒற்றுமையாக இருந்து பாருங்கள், உங்களுக்கும் வரும் நன்மைகள் கணக்கிலடங்கா.

வங்கம் தந்த தங்கம், தாகூர் அவர்கள் கூறும் ஒரு கூற்றை உற்று நோக்கினால் ஒற்றுமையின் பலன் நமக்குப் புரியும். அவர் கூறிய பொன்மொழியின் தமிழாக்கம் "கூட்டம் கூடுவது எளிதான காரியம். ஆனால் ஒன்றுபடுவதுதான் கடினம். உழைப்பும் தியாகமும் ஒன்றுசேர்ந்தால் தான் இந்த ஒற்றுமை உணர்ச்சி பிறக்கும்" என்பதாகும்.

மறைந்த நம் முன்னாள் தமிழக முதல்வர் டாக்டர் கலைஞர், முத்தமிழ் அறிஞர் மு. கருணாநிதி அவர்கள் சொல்லும் ஒரு அற்புதமான வாசகம். என் வாழ்வில் ஒற்றுமையின் பலம் என்ன என்பதை மிக எளிய முறையில் அறிவுறுத்திய வாசகம் தான் அது. "நான், நீ என்று சொல்லும் போது உதடுகள் ஒட்டாது. நாம் என்று சொல்லும் போதுதான் உதடுகள் ஒட்டும்" என்றார். அப்படி என்றால் ஒற்றுமையாக இருந்து நாம் செயல்பட்டால் வெற்றி நிச்சயம் நமக்குத்தான் என்பதை உணர்த்தும் ஒரு கவிதை இதோ!

ஒற்றுமை:

ஒட்டிப் பிறக்காத இமையின் ஒற்றுமை பார்
ஓயாத ரீங்காரத்தில் தேனீக்களின் ஒற்றுமை பார்
அலை அலையாய் பயணிக்கும் பறவைகளின் ஒற்றுமை பார்
தாலாட்டும் தென்றலில் தலைசாய்க்கும் கதிர்களின் ஒற்றுமை பார்
ஓங்கும் தமிழால் ஒற்றுமையை வலியுறுத்தும் பாரத நாட்டைப்பார்...!!

ஜ ✵ ஙு

அத்தியாயம் 9
தடைகளைத் தகர்த்தால் ஜெயிக்கலாம்

மாண்டு போகாமல் மீண்டு வருவதற்கும்
துவண்டு போகாமல் தேர்ந்து வருவதற்கும்
துயரும் தடையுமோர் துர்முகமே! - ஆகையால்
தடைகளைத் தகர்த்தால் ஜெயிக்கலாம்!!!
இது நிதர்சனமான உண்மை.

பொருளாதாரம் ஒரு பொருட்டல்ல

பொருளாதாரம் உங்கள் வெற்றிக்கு ஒரு தடையா? இல்லவே இல்லை. வாழ்க்கையில் பொருளாதாரத்தின் அடிமட்டத்தில் இருந்து முன்னுக்கு வந்தவர்கள் தான் நிறையப்பேர். "என் தோல்விக்குக் காரணமே என் வசதியில்லா வாழ்க்கை - போதாத பொருளாதாரம் தான்" என்பது, சோம்பேறித்தனத்தை மூலதனமாக கொண்ட சில மூடர்களின் கூற்று. அடியடியாக ஏறி, பல அடி சறுக்கினாலும், பொருளாதாரத்தை ஒரு பொருட்டாக நினையாதவர்க்கு, வெற்றிப்படிகளைத் தொடுவது நிச்சயம். அப்படி பொருளாதாரத்தை ஒரு பொருட்டாக மதிக்காமல், வெற்றிக்குத் தடைக்கல்லாக நினைக்காமல், வெற்றி பெற்ற மாமனிதர்களை, பல சாதனையாளர்களை இங்கு உதாரணத்திற்குக் கூறலாம். அதில் இதோ சிலர்.

ஏவுகணை நாயகன், மக்கள் ஜனாதிபதி என்றெல்லாம் அழைக்கப்பட்ட அய்யா APJ அப்துல் கலாம் அவர்கள் 1931 ஆம் ஆண்டு அக்டோபர்

மாதம் 15-ஆம் நாளில், தென்னிந்திய மாநிலமான, தமிழ்நாட்டில் உள்ள இராமேஸ்வரத்தில் ஒரு படகுக்குச் சொந்தக்காரரும், மரைக்காயரும் ஆன ஜைனுலாப்தீன் மற்றும் இல்லத்தரசி ஆஷியம்மா ஆகியோருக்கு 5-வது மகனாகப் பிறந்தார். இவர் வறுமையான பின்னணியிலிருந்து வந்தவர் என்பதால், இளம் வயதிலேயே, இவருடைய குடும்பத்திற்கு கூடுதல் வருமானம் கிடைப்பதற்காக, வேலைக்குச் செல்ல ஆரம்பித்தார். பள்ளி முடிந்ததும், நம் அய்யா கலாம் அவர்கள், அவரது தந்தையின் வருமானத்திற்குப் பங்களிக்கும் பொருட்டு, செய்தித்தாள்கள் விநியோகத்தில் ஈடுபட்டார். தனது பள்ளிப்பருவத்தில், கலாம் சராசரி மதிப்பெண்களே பெற்றார். என்றாலும், பிரகாசமான மாணவனாகவும், கற்பதில் திடமான ஆர்வமும், படிப்பிற்காக, முக்கியமாக கணக்குப் பாடத்திற்காக, பல மணி நேரங்கள் செலவளிப்பவராகவும் இவர் சித்தரிக்கப்படுகிறார். பின்னர் படித்து முடித்துவிட்டு, ஐ.எஸ்.ஆர்.ஓ-வில் (ISRO) சேர்ந்து, விண்வெளி ஆராய்சியில், முதன்மையாய், முன்னோடியாய் இருந்து, மார்தட்டிக்கொண்டு இருந்த இரஷ்யாவிற்கே பதிலடி கொடுத்துச் சாதனை புரிந்த முதல்வன் இவர். பொக்கரான் வெடிகுண்டு சோதனையை நடத்திச் சாதித்தவர். பற்பல ஏவுகணைகளை விண்வெளியில் விதைத்தவர். பொருளாதாரத்தை ஒரு தடையாக நினைத்திருந்தால் இப்படி ஒரு இமாலய வெற்றியை அடைந்திருக்க முடியுமா? நமக்கு இப்படி ஒரு சாகச நாயகன், மக்கள் ஜனாதிபதியாக கிடைத்திருப்பாரா? சற்று யோசித்துப் பாருங்கள்.

இந்தியாவின் 14-வது பிரதமராக பதவிவகிக்கும் **நரேந்திர தாமோதரதாஸ் மோடி**, வாத்நகரில் உள்ள குஜராத்திக் குடும்பத்தில் பிறந்தவர். தந்தையின் தேநீர் கடையில் உதவி செய்து, பின்னர் சொந்தமாக தேநீர் கடை வைத்து,  எளிமையாக வாழ்வைத் துவங்கியவர். 2014 தேர்தலில் பா.ஜ.க.வை ஆச்சர்யமளிக்கும் வெற்றியை நோக்கி அழைத்துச்சென்றவர். மோடியை பற்றிய மற்றொரு ஆச்சர்யமான தகவல் என்னவெனில், அவர் முதல்முறையாக எம்.எல்.ஏ. ஆன போதே குஜராத் முதல்வரானவர். அதேபோலவே முதல்முறையாக நாடாளுமன்ற உறுப்பினரான போதே பிரதமர் ஆனார். பொருளாதார நிலையில் பின்தங்கி, தேநீர் கடையில் வேலை செய்து, பின்னர் சொந்தமாக தேநீர் கடை வைத்து தன் வாழ்க்கையில் உயர்ந்து, பாரத பிரதமர் என்ற அந்தஸ்தைப் பெற்றவர். இப்போது சொல்லுங்கள் இவரது வெற்றிக்கு பொருளாதாரம் ஒரு தடையாக இருந்ததா என்ன?

1809 ஆம் ஆண்டு பிப்ரவரி 12ஆம் தேதி அமெரிக்காவின் கெண்டக்கியில் ஓர் ஏழைக் குடும்பத்தில் பிறந்தவர் தான் **ஆபிரகாம் லிங்கன்**. அவரது தந்தை, தாமஸ் லிங்கன் ஒரு தச்சர். செருப்பு தைக்கும் தொழிலாளி. சிறுவனாக இருந்த போது, தந்தையின் பணிகளில் லிங்கன் உதவி புரிந்தார். தாயார் நான்சி ஹாங்க்ஸ் (Nancy Hanks). காடுகளுக்கிடையே ஒன்பது மைல் தூரம் நடந்தே சென்று கல்வி

பயின்றவர் லிங்கன். ஆபிரகாம் லிங்கனுக்கு ஒன்பது வயது இருக்கும்போது தாய் இறந்து போனதால், தன் சிற்றன்னையால் லிங்கன் வளர்க்கப்பட்டார். குடும்பச் சூழ்நிலை மற்றும் ஏழ்மை காரணமாக, லிங்கனால் சரியாகப் படிக்க முடியவில்லை. பிற்காலத்தில், ஆபிரகாம் லிங்கன் ஐக்கிய அமெரிக்காவின் 16-வது குடியரசுத் தலைவர் ஆனார். சொல்லுங்கள்; இவருடைய வெற்றிக்கும் பொருளாதாரம் தடையாக இருந்ததா என்ன?

"*அருண் ஐஸ்கிரீம்*" என்று சொன்னவுடனே உங்கள் நாக்கில் எச்சில் ஊறுவது எனக்கே தெரிகிறது. அந்த "*அருண் ஐஸ்கிரீம்*" தொடங்கப்பட்ட கதை உங்களுக்குத் தெரியுமா? சாதாரணமாக குச்சி ஐஸ், கப் ஐஸ் என்று விற்றுக்கொண்டிருந்த காலம் அது. ஐஸ் வண்டியில் ஏற்றிச்சென்று வீதிவீதியாக கூவிகூவி விற்றவர் தான் ஆர். ஜி. சந்திரமோகன் அய்யா என்பவர். சந்திரமோகன் அய்யா அவர்கள், சிவகாசிக்கு அருகில் உள்ள திருத்தங்கல் என்கிற ஊரில், நாடார் சமூகத்தில், ஒரு ஏழைக்குடும்பத்தில் திருமிகு கணேசன்

அய்யா அவர்களுக்கும் திருமதி சக்கரைத்தாய் அம்மாளுக்கும் மகனாகப் பிறந்தவர். பொருளாதார பற்றாக்குறையின் காரணமாக, தன் குடும்பத்தைக் கவனிப்பதற்காக, தன் இளம்வயதிலேயே கல்வியை இடையில் விட்டுவிட்டார். 1970-ல் தன் குடும்பச் சொத்துகள் சிலவற்றை விற்று, அதன்மூலம் கிடைத்த ரூபாய் 13,000-ல், ஆர். ஜி. சந்திரமோகன் அன் கோ., என்ற நிறுவனத்தை நிறுவி அருண் ஐஸ்கிரீம் என்ற பெயரில் டப்பாக்களில் அடைத்து விற்பனையைத் துவங்கினார். 1986-ல் இது 'ஹட்சன் விவசாய பொருட்கள் தயாரிப்பு நிறுவனம்' (Hutsun Agro Products Ltd) என்று பெயர் மாற்றி நிறுவப்பட்டது. சந்திரமோகன் அய்யா, தமிழ்நாட்டைச் சேர்ந்த பால் உற்பத்தியாளர் மற்றும் தொழில்முனைவோர் சங்கத்தின் தலைவரும் ஆவார். இந்தியாவின் மிகப்பெரிய தனியார் துறை பால் நிறுவனமான Hatsun Agro Product Ltd-இன் தலைவர் ஆவார். இந்நிறுவனத்தின் நன்கு அறியப்பட்ட பிராண்ட்களான அருண், ஆரோக்கியா மற்றும் ஹட்சன் ஆகியவை இந்தியாவில் உள்ள தனியார் பால் பண்ணைகளில் ஐஸ்க்ரீம்கள், பால் மற்றும் தயிர் பிரிவுகளில் முன்னணியில் உள்ளன. சிவகாசியின் திருத்தங்கலைச் சேர்ந்த முதல் தலைமுறை தொழில்முனைவோரில் இவரும் ஒருவர். கிட்டத்தட்ட 2.5 பில்லியன் டாலர் சொத்து மதிப்புடன் 100 இந்திய பில்லியனர்களில் ஒருவராகவும் திகழ்கிறார். சொல்லுங்கள் நண்பர்களே! இவருக்கும் வாழ்க்கையில் நிறையவே பொருளாதார பிரச்சனைகள் இருந்தன. ஆனால் அவரது வெற்றிக்கு பொருளாதாரம் ஒரு தடைக்கல்லாக இல்லாமல், ஏற்றிவிடும்

வெற்றிப்படிக்கட்டாகவே இருந்தது என்றால் அது மிகையாகாது.

இவ்வளவு ஏன்! என்னையே எடுத்துக் கொள்ளுங்களேன். ஒரு நேரச் சாப்பாட்டிற்கே வசதி இல்லாத குடும்பத்தில், ஐந்து சகோதர, சகோதரிகளுடன் பிறந்து, படிப்பதற்கும், உணவு உண்பதற்கும், நல்ல உடைகள் உடுத்துவதற்கும் வசதி இல்லாமல் கஷ்டப்பட்டவன்தான் நான். நான் இன்று சாதிக்கவில்லையா? என்னால் இன்று எத்தனை குழந்தைகள் படித்துக் கொண்டிருக்கிறார்கள், வாழ்வாதாரம் பெற்றுக் கொண்டிருக்கிறார்கள். பொருளாதாரத்தை ஒரு பொருட்டாக எடுத்துக் கொள்ளாமல், நம்மால் முடியும் என்று நான் நினைத்ததால்தான், இன்று உங்கள் முன்னே ஒரு மக்கள் விஞ்ஞானியாக, சாதனையாளனாக நிற்க முடிகிறது. "இப்படித்தான் ஜெயித்தேன் - இதுதான் வெற்றியின் இரகசியம்" என்று மார்தட்டிக்கொண்டு, உங்கள்முன் இந்தப் புத்தகத்தையும் எழுதிப் படைக்க முடிந்தது.

நாம் அழப்பிறந்தவர்கள் அல்ல. ஆளப்பிறந்தவர்கள். சாதிக்கப்பிறந்தவர்கள் என்று தன்னம்பிக்கையுடன் இருந்தால் வெற்றி நமதே. கவிதாயினி ரா. மஞ்சு அவர்கள் எழுதிய மற்றுமொரு கவிதை தான் நாங்கள் அழப்பிறந்தவர்கள் இல்லை... ஆளப்பிறந்தவர்கள் நாங்கள்...!!!!

அழப்பிறந்தவள் இல்லை... நான் ஆளப்பிறந்தவள்....!!

திரண்ட கனவுகளும் வறண்ட எண்ணங்களும்
துன்பம் நிறைந்த வாழ்க்கையும்
துவண்டு போக வைத்திடுமோ?

வெடித்த விரல்களும் கலப்பைபிடித்த கைகளும்
கஷ்டம் நிறைந்த வாழ்க்கையும்
கலங்க வைத்திடுமோ?

ஆறாத பசியும் தீராத வலியும்
வருத்தம் நிறைந்த வாழ்க்கையும்
சுருண்டுபோக வைத்திடுமோ?
இல்லை... இல்லவேயில்லை...!!!!
கிளையில்லா மரங்கள் சாய்வதில்லை...
எரியும் சூரியன் அணைவதில்லை...
தேயும் நிலவு ஓய்வதில்லை...
உருளும் உலகம் உறைவதில்லை...
வளைந்தாலும் என் மனம் ஒருபோதும் வீழ்வதில்லை....!!
மருகினாலும் என் மதி ஒருபோதும் மங்குவதில்லை...!!
அழப்பிறந்தவள் இல்லை... நான் ஆளப்பிறந்தவள்....!!

அழகு என்பது புறத்தில் அல்ல - அகத்தில்

சிலர் எண்ணுவதுண்டு. "நான் மிக கருப்பாக இருக்கிறேன். பார்ப்பதற்கு அழகாக இல்லை. நல்ல உடை கிடையாது." இன்னும் விரக்தியில் சிலர், "என்னைய எனக்கே பிடிக்காது" என்பார்கள். உண்மையில் அழகு என்பதில் புறத்தில் அல்ல. அதாவது வெளிப்புற அழகு அல்ல. நம் அகம் சுத்தமாக இருந்தால் அதுவே அழகு. கருப்பும் ஒரு கலர் தான். இதில் என்ன பாகுபாடு. "கருப்பு தான் எனக்குப் புடிச்ச கலருன்னு" பாட்டே பாடிவச்சிருங்காங்க. சூப்பர் ஸ்டார் ரஜினி கூட கருப்புத்தான். அவரு ஜெயிக்கலையா? அழகு என்பது நம் அகத்தில் மட்டுமே பார்க்கப்பட வேண்டிய ஒன்று. அதற்கு, நல்ல சிந்தனைகள் இருக்கவேண்டும். சிந்தனை சிறப்பாக இருந்தால், முகம் மலர்ச்சியுடன் இருக்கும். சிரித்த

முகத்துடன் இருந்தால் அதுவே அழகு. சாதிப்பதற்கு நிறமோ, அழகோ பொறுப்பல்ல. உங்களின் நல்ல நேர்முக சிந்தனையும், பிறர்க்கு உதவும் மனப்பாங்கும் தான் உங்களது வெற்றியை நிர்ணயிக்கும் என்பதை மறந்துவிடாதீர்கள் நண்பர்களே!

அழகென்பது புறத்தில் அல்ல - அகத்தில்:

பெண்மை அழகு - அடக்கமாய் இருப்பின்!!
ஆண்மை அழகு - கண்ணியமாய் இருப்பின்!!
தாய்மை அழகு - சேயின்பமாய் இருப்பின்!!
இளமை அழகு - ஒழுக்கமாய் இருப்பின்!!
முதுமை அழகு - இரண்டாம் மழலையாய் இருப்பின்!!
யாவும் அழகு - அகமழகாய் இருப்பின்!!
அழகுகள் யாவும் அகத்திலேயன்றி, புறத்தில் அல்ல...

கற்பதற்கும் சாதிப்பதற்கும் வயது வரம்பில்லை

"எனக்கு வயசாகிடுச்சு. இனிமே என்னால படிக்கமுடியாது. என்னால சாதிக்க முடியாது" என்று சொல்வதெல்லாம் வெறும் சமாளிப்புதான். எந்த வயதாக இருந்தாலும். படிக்கலாம். எந்த வயதாக இருந்தாலும் சாதிக்க முடியும் என்பதற்கு நிறைய மாமனிதர்களை உதாரணமாக சொல்லலாம். பார்க்கலாமா?

அனைத்தும் வெல்ல - அகிலமே மேடைதான்!!
வாய் வெளுத்தவர்களுக்கு - வயது தடைதான்!!
வயதை முறித்தவர்களுக்கு - வாழ்க்கை விடைதான்...!!

புற்று நோயைக் குணப்படுத்தும் குணமகள்:

தென் இந்தியாவின் அன்னை தெரேசா என்றும், மனித நேய மருத்துவர் என்றும் பாமர மக்களால் அழைக்கப்பட்டவர் தான் மருத்துவர்

வி. சாந்தா. சென்னையில் மைலாப்பூரில் மார்ச் 11, 1927-ல் பிறந்தவர் தான் மருத்துவர் சாந்தா. பி. எஸ். சிவசாமி பெண்கள் உயர் பள்ளியில் கல்வி கற்ற இவர் 1949-இல் சென்னை மருத்துவக் கல்லூரியில் மருத்துவராகப்
பட்டம் பெற்றார். 1955-ல் எம்.டி. பட்டம் பெற்றார். மருத்துவர் சாந்தா அம்மா இந்தியாவின் புகழ்பெற்ற புற்றுநோய் மருத்துவ நிபுணர் ஆவார். இவர் சென்னை அடையாறு புற்றுநோய்க் கழகத்தின் தலைவராகப் பணியாற்றியவர். இவர் மக்சேசே விருது, பத்மஸ்ரீ, பத்ம விபூசன் போன்ற புகழ்பெற்ற விருதுகளைப் பெற்றுள்ளார். அடையாறு புற்றுநோய்க் கழகத்திலே 1955 ஆம் ஆண்டில் பணியில் இணைந்த இவர், அவரது ஆயுட்காலம் முடியும் வரை அதாவது ஜனவரி 19, 2021 வரை தனது 94 வயதிலும் பல புற்று நோயாளிகளைக் குணப்படுத்தி அவர்களுக்கு வாழ்வளித்தார் என்றால், அவரது சாதனைக்கு வயது வரம்பில்லை என்று தானே அர்த்தம்.

அறம் வளர்த்த அம்மா: 1959-ஆம் ஆண்டு தனது மருத்துவப் பட்டப்படிப்பை முடித்து, தங்கப் பதக்கம் வென்ற டாக்டர் கௌசல்யா அம்மா அவர்களுக்கு, எத்தனையோ வாய்ப்புகள். அரசுப் பணியில் சேரும் வாய்ப்பைக் கூட துச்சமென நினைத்து, காந்தி கிராம அறக்கட்டளையில் உள்ள கஸ்தூரிபா மருத்துவமனையில் எந்தவித சம்பளமுமின்றி, தனது சேவையைத் தொடர்ந்தவர். இன்று அவருக்கு வயது

93. இன்றளவும் தனது மருத்துவப் பணியை தொடர்ந்து, பலபேரின் உயிர்களைக் காக்கும் ஒரு உன்னதச் சேவையை செய்து கொண்டிருக்கிறார். 93 வயதிலும், தன்னை சுற்றி இருப்பவர்களைக் கூட அடையாளம் மறந்துவிடும் நிலையிலும் கூட, கஷ்டமான பிரசவங்களையும் சுகப்பிரசவங்களாக மாற்றக்கூடிய வல்லமை கொண்ட இறைவி தான் மருத்துவர் கௌசல்யா. இன்றளவும் அறக்கட்டளையின் வாழ்நாள் அறங்காவலராக, திருமணம் கூட செய்து கொள்ளாமல், தன் வாழ்நாளை அர்ப்பணித்து வாழ்ந்து கொண்டிருக்கும், இந்த அம்மாவை "**அறம் வளர்த்த அம்மா**" என்றால் அது மிகையாகாது. விருதுகளை விரும்பாத போதும், இவருக்கு ஸ்ரீரத்னா விருது, அறம் விருது, இராணி லேடி மெய்யம்மை ஆச்சி விருது என நிறைய விருதுகளை வழங்கி விருதினைக் கௌரவப்படுத்தி இருக்கிறார்கள். என்னுடைய மனம்கவர் ரோல்மாடலும் இவர்தான். இன்றளவும் பணி செய்து சாதனை படைத்துக்கொண்டிருக்கும் கௌசல்யா அம்மாவுக்கு வயதும் ஒரு வரம்பில்லை.

ஓட்டமா ஓடுற தாத்தா:

உலகின் மிக வயதான மராத்தான் ஓட்டப்பந்தய வீரர், பலபேரின் சாதனையை முறியடித்தவர் ஃபௌஜா சிங். ஜனவரி 2016 வரை மராத்தான் போட்டிகளில் பங்கேற்றவர். சிங் தனது 104 வயதில் மும்பை மராத்தானில் ஓடியவர். இங்கிலாந்தில்

வசிக்கும் சிங், தனது ஓட்டத்தில் குறிப்பிடத்தக்க புகழைப் பெற்றுள்ளார். அவர் 2004 இல் அடிடாஸ் விளம்பரப் பிரச்சாரத்தில் இடம்பெற்றார் மற்றும் இரண்டு முறை ஒலிம்பிக் ஜோதியை ஏந்தி இருந்தார். ஒரு முறை 2004 ஏதென்ஸ் ஒலிம்பிக்கிலும் மீண்டும் 2012 லண்டன் ஒலிம்பிக்கிலும். 104-வயதெல்லாம் ஒரு வயதா என்கிறார் பௌஜா சிங். பார்த்தீர்களா சாதிப்பதற்கு வயது ஒரு தடையே இல்லை.

சூப்பர் பாட்டியம்மா: அவரது பெயர் நோலா ஓச்ஸ். பாட்டி, சிறுவயதில் இருக்கும் போது, போதிய வசதியில்லாத காரணத்தாலும், குடும்பச் சூழ்நிலை காரணமாகவும் தன் பட்டப்படிப்பை தொடர முடியாமல் போனது. ஆனால் பாட்டி விடவில்லை. ஓக்ஸ் பாட்டி, கன்சாஸில் உள்ள ஃபோர்ட் ஹேஸ் ஸ்டேட் யுனிவர்சிட்டியில் தனது இளங்கலை பொதுப் படிப்பை 2007-ல், தனது 95

வயதில் படித்து, அதுவும் முழுநேர மாணவியாய் படித்து, உலகின் மூத்த கல்லூரிப் பட்டதாரி ஆனார். படித்துப் பட்டம் பெற வேண்டும் என்ற தனது வாழ்நாள் கனவை நிறைவேற்றினார் ஓச்ஸ் பாட்டி. இருப்பினும், பாட்டி அத்தோடு நிறுத்தவில்லை. 2010-ஆம் ஆண்டில், தனது 98 வயதில், முதுகலைப் பட்டமும் வென்றார். உலகின் 98-வயதில் முதுகலைப் பட்டம் பெற்ற மிக வயதான பாட்டியும் ஆனார். தொடர்ந்து கற்றுக்கொள்வதற்கு மக்களை ஊக்குவிக்கவும் செய்கிறார். மேலும் தனது பேரக்குழந்தைகளிடம், "பாட்டியால் அதைச் செய்ய முடிந்தால், உங்களால் ஏன் முடியாது? உங்களாலும் செய்ய முடியும். உங்களாலும் படிக்க முடியும்" என்று சொல்லும் அந்த பாட்டி, உண்மையிலே சூப்பர் பாட்டி தான். என்ன சொல்கிறீர்கள்!

125-வயதில் பத்மஸ்ரீ விருது: இந்தியா பிரிக்கப்படுவதற்கு முன்பு, தற்போது வங்க தேசத்தில் உள்ள சில்ஹெட் மாவட்டத்தில் ஆகஸ்ட் 8, 1896 இல் பிறந்தார் சிவானந்தா. தனது ஆறு வயதில் தனது தாயையும்

தந்தையையும் இழந்தார். அதன் பின்னர், மேற்கு வங்காளத்தில் உள்ள நபத்வீப்பில் குரு ஓம்காரானந்த கோஸ்வாமி அவர்களால் யோகா உள்ளிட்ட ஆன்மீகக் கல்வியைப் பெற்றார். இளம் வயதிலேயே பெற்றோரை இழந்ததாலும், யோகா போன்ற ஆன்மீக வழியில் பயணித்ததாலும், சிவானந்தாவின் கொள்கை சிறப்பானதாக இருந்தது. "உலகம் என் வீடு, அதன் மக்கள் என் தந்தை மற்றும் தாய், அவர்களை நேசிப்பதும் சேவை செய்வதும் என் மதம்" என்பதை தனது கொள்கையாக கொண்டுள்ளார். யோகா பயிற்சியாளராக உள்ள சுவாமி சிவானந்தா, கடந்த 50 ஆண்டுகளாக, பூரியில் உள்ள தொழுநோயால் பாதிக்கப்பட்ட கிட்டத்தட்ட 600 பிச்சைக்காரர்களுக்கு சேவை செய்தும் வருகிறார்.

சுவாமி சிவானந்தாவின் ஆரோக்கியமான மற்றும் நீண்ட ஆயுள் உலகம் அளவில் கவனத்தை ஈர்த்துள்ளது. யோகா பயிற்சி காரணமாக இதுவரை பெரிதாக சிகிச்சை எடுத்துக்கொள்ளாத சிவானந்தா, தனது 125 வயதில் கொரோனா தடுப்பூசி போட்ட பிறகு, மக்கள் அனைவரும் கொரோனா தடுப்பூசி செலுத்திக் கொள்ள வேண்டும் என்பதை வலியுறுத்தி வருகிறார். 125 வயதிலும் உடல் ஆரோக்கியத்துடன் வாழ்ந்து வரும் சுவாமி சிவானந்தாவை இந்தியா அளவில் புகழ் பெற்ற பல மருத்துவமனை நிபுணர்களும், முழு உடல் பரிசோதனை செய்து பார்த்துள்ளனர். அவரது வாழ்க்கை முறையைக் கவனிப்பதற்காக, அவரது முக்கிய உறுப்புகள் மற்றும் அமைப்புகளின் கட்டமைப்பு மற்றும் செயல்பாட்டு நிலையை மதிப்பிட்டுள்ளனர். 2019ஆம் ஆண்டு பெங்களூருவில் ஜூன் 21ஆம் தேதி, உலக யோகா தினத்தை

முன்னிட்டு நடைபெற்ற நிகழ்ச்சியில் "யோகா ரத்னா" விருது வழங்கப்பட்டது. நவம்பர் 30, 2019 அன்று சமூகத்திற்கு அவர் ஆற்றிய பங்களிப்பிற்காக ரெஸ்பெக்ட் ஏஜ் இன்டர்நேஷனல் மூலம் அவருக்கு "பசுந்தரா ரத்னா" விருதினை வழங்கியது. மார்ச் 23, 2022 அன்று, குடியரசுத் தலைவர் மாளிகையில் நடைபெற்ற விழாவில், குடியரசுத்தலைவர் அவர்கள் 125-வயதேயான சிவானந்தா அவர்களுக்கு "பத்மஸ்ரீ" விருதினை வழங்கிக் கௌரப்படுத்தினார். யோகா துறையில் ஆற்றிய பங்களிப்பிற்காக, 125 வயதான யோகா பயிற்சியாளர் சுவாமி சிவானந்தாவிற்கு "பத்மஸ்ரீ" விருது வழங்கப்பட்டது. பார்த்தீர்களா! சாதிப்பதற்கு வயது ஒரு பொருட்டே அல்ல.

69-வயதில் நோபல் பரிசு:

1979 ஆம் ஆண்டில், அன்னை தெரேசா தனது 69 வயதில் அமைதிக்கான நோபல் பரிசைப் பெற்றார். இது "மிஷனரிஸ் ஆஃப் சேரிட்டி" என்ற உலகளாவிய அமைப்பில் பணியாற்றி, 120 க்கும் மேற்பட்ட நாடுகளில்

நல்வாழ்வு மையங்கள் மற்றும் தொண்டு மையங்கள் அமைத்து சேவைகளை செய்தது அவரது 69 வயதில். அப்படி இருக்க, நம்மால் ஏன் முடியாது. முயற்சி செய்து தான் பார்க்கலாமே!

ஊனம் என்பது உடலுக்குத்தான் – மனதுக்கு அல்ல

ஜெயிப்பதற்கு, உடல் ஊனம் ஒரு தடையல்ல. சிலர் பிறவியிலேயே ஊனமாக பிறந்திருக்கலாம். சிலர் தற்செயலாகவோ, அல்லது தன்னுடைய அஜாக்கிரதையாலோ, விபத்திலோ சிக்கி ஊனமாகி இருக்கலாம். ஆனால், சாதிப்பதற்கு உடல் ஊனம் ஒரு தடையல்ல என்பதற்கு சான்றாக என்னுடைய நிறைய நண்பர்களை இங்கு உதாரணமாக கூறலாம். இயற்கையிலேயே உடல் ஊனம் ஆனவர்களுக்கு இயற்கை, வேறு ஒரு வகையில் தனித்திறமையை கொடுத்திருக்கும். அதை வைத்து சாதித்து முன்னுக்கு வந்தவர்கள் நிறையப்பேர். உதாரணத்திற்கு சொல்லவேண்டும் என்றால் ஸ்டீவன் ஹாக்கிங். பிறவியிலே, தன் கை, கால்கள் இரண்டும் செயலிழந்து, வீல்சேரிலேயே தனது வா நகர்த்தியவர் தான் ஸ்டீவன். ஆனால் தான் அழப்பிறந்தவன் அல்ல. மற்ற மனிதர்களைப்போல் சாதாரணமாக வாழப்பிறந்தவனும் அல்ல. சிறப்பாக ஆளப்பிறந்தவன். சாதிக்கப்பிறந்தவன் என்று நிரூபித்தவர் தான் நம் ஸ்டீவன் ஹாக்கிங். பொதுச்சார்புக் கோட்பாட்டில் புவிஈர்ப்பு அருநிலை தேற்றங்கள், கருந்துளையின் கதிர்வீச்சு உமிழ்தலை

எதிர்வு கூறியமை, அண்டவியலுக்கான கோட்பாடு, குவாண்டம் இயங்கியல் போன்ற அரிய பல கண்டுபிடிப்புகளின் கதாநாயகனாக விளங்கியவர் ஸ்டீவன். பத்துக்கும் மேற்ப்பட்ட விருதுகளைப் பெற்றவர். ஸ்டீவன் தன் உடல் ஊனம் என நினைத்திருந்தால் இத்தனை வெற்றிகளையும் பெற்றிருக்க முடியுமா?

வெளி நாட்டிலும், வெளியூரிலும் சாதித்தவர்களைப் பற்றியே பேசுகிறோமே. இதுதான் நம்ம பிரச்சினையே. நம் ஊரிலே பிறந்து, உடல் ஊனத்தை ஒரு பொருட்டாக மதியாமல், சாதித்தவர்கள் எத்தனையோ பேர். அவர்களில் ஒருவர் தான் சேலம் சக்திவேல். தன்னம்பிக்கையின் மறு உருவம் தான் நம் சக்திவேல். இருசக்கர வாகனத்தில் பயணிக்கும்போது நடந்த ஒரு சாலை விபத்தில், தண்டுவடம் பாதிக்கப்பட்டவர் தான் சக்திவேல். இடுப்புக்குக் கீழ் ஒரு அசைவும் கிடையாது. படுத்தபடுக்கையாய் இருந்தவர், தன்னுடைய விடாமுயற்சியாலும், தன்னம்பிக்கையாலும், வீல்சேரில் பயணிக்கும் அளவிற்கு தன்னை தயார்படுத்தினார். பின்னர் வீல்சேரில் அமர்ந்தபடியே, இதுதான் நம் வாழ்க்கை என்று முடிவுசெய்யாமல், நீச்சல் போட்டி, மராத்தான் போட்டி என்று ஒன்றையும் விடவில்லை நம் சக்திவேல். கிட்டத்தட்ட ஐம்பதுக்கும் மேற்பட்ட தங்கப்பதக்கங்கள் மற்றும் விருதுகளை வென்று குவித்து இருக்கிறார்.

 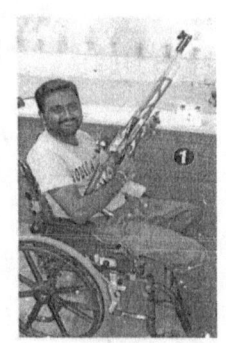

போதாத குறைக்கு பள்ளி, மற்றும் கல்லூரி மேடைகளில் ஏறி, தன்னம்பிக்கை இருந்தால் சாதிக்கலாம் என்றும் வீர முழக்கமிடுகிறார். தனது சொந்தச் செலவிலேயே, தனது அம்மாவின் பெயரிலேயே, 150 மாணவர்களுக்கு, ஒரு இரவு நேரப் பாடசாலையையும், டியூசன் சென்டரையும் நடத்தி வருகிறார். கணவனால் கைவிடப்பட்ட பெண்களுக்கும், கணவனை இழந்த பெண்களுக்கும், கஷ்டப்படும் பெண்களுக்கும், ஒரு தையல் பயிற்சிக் கூடத்தையும் இலவசமாக நடத்திவருகிறார். தன்னைப்போன்றே தண்டுவடம் பாதிக்கப்பட்டு இருக்கும் பலருக்கும் அரசு வழங்கும் அத்தனை உதவிகளையும், மான்யங்களையும் பெற்றுத்தருகிறார். முடியாதவர்களுக்கு வீல்சேர், மற்றும் தேவையான உபகரணங்களையும் தனது சொந்தச் செலவிலேயே வழங்கியும் வருகிறார். இப்போது சொல்லுங்கள் உடல் ஊனம் வெற்றிக்கு ஒரு தடைக்கல்லா.? இல்லை. ஊனம் என்பது உடலுக்குத்தான். சாதிக்கும் மனதிற்கு அல்ல என்பதை உணர்ந்திருப்பீர்கள் அல்லவா!

ஜாதி, மதம், ஆண், பெண் என்ற பேதமில்லை

சாதிப்பதற்கு, சாதி, மதம் என்ற பேதம் எல்லாம் கிடையாது. "இவன் மேல் ஜாதியை சேர்ந்தவன்.

இவன் இந்த மதத்தைச் சார்ந்தவன்" என்றெல்லாம் வெற்றிக்கு பார்க்கத் தெரியாது. நேர்முகச் சிந்தனையும், நல்ல குறிக்கோளும் இருந்தால் நீ என்ன ஜாதியாக இருந்தாலும் சரி; எந்த மதமாக இருந்தாலும் சரி; வெற்றி உங்கள் பக்கம் தான் இருக்கும். சாதிப்பதற்கு ஜாதி அவசியம் இல்லை. அதேபோல, சாதிப்பதற்கு ஆண், பெண் என்ற பேதமெல்லாம் கிடையாது. ஆணாக இருந்தாலும் சரி, பெண்ணாக இருந்தாலும் சரி; முயற்சித்தால் வெற்றி உங்கள் பக்கம் வந்து சேரும். ஆணுக்கு இவ்வளவு இட ஒதுக்கீடு, பெண்களுக்கு இவ்வளவு இட ஒதுக்கீடு என்றெல்லாம் அரசாங்கம் கொடுத்தாலும், வெற்றிக்கு அந்த பாகுபாடெல்லாம் கிடையாது. வெற்றியின் முன் யாவரும் சரிசமமே. எனவே தான் சொல்கிறேன். சாதிப்பதற்கு ஜாதி, மதம், ஆண், பெண் என்ற பேதமெல்லாம் கிடையாது.

நகர்ப்புறம், கிராமப்புறம், அரசுப்பள்ளி, கான்வென்ட் பள்ளி என்ற வித்தியாசம் இல்லை

வெற்றிக்குத் தெரிந்ததெல்லாம் "*Content - Not the Container*". அதாவது உனக்குள் இருக்கும் விஷயங்கள் தான். மேலே அணிந்திருக்கும் மேலாடைகள் அல்ல. "நான் கிராமத்தில் உள்ள அரசுப்பள்ளியில்தான் படித்தேன். அதனால்தான் என்னால் சரளமாக ஆங்கிலம் பேசமுடியவில்லை. அதனால் என்னால் சாதிக்க முடியவில்லை" என்பார்கள் சிலர். அவர்களுக்காகவே சொல்கிறேன். அதென்ன "கிராமத்தில் தான் படித்தேன். அரசுப்பள்ளியில் தான் படித்தேன்" என்று தங்களையே தாழ்த்திக்கொள்வது. மிகமிகத் தவறு. படிப்பது நகர்ப்புறமாக இருந்தாலும் சரி, கிராமப்புறமாக இருந்தாலும் சரி, அரசுப்பள்ளியாக இருந்தாலும் சரி, கான்வென்ட் பள்ளியாக இருந்தாலும் சரி. சரக்கு

இருந்தால் தான் வெற்றி. அறிவு கிடைத்தால் தான் வெற்றி.

மக்கள் ஜனாதிபதி, ஏவுகணை நாயகன் அப்துல் கலாம் அய்யா அவர்கள் படித்ததும் கிராமத்தில் உள்ள ஒரு அரசுப்பள்ளியில் தான். நோபல் பரிசினை வென்ற சர்.சி.வி இராமன் பயின்றதும், கிராமப்புறத்தில் உள்ள ஒரு அரசுப்பள்ளியில் தான். ஏன், இன்று 14-அறிவியல் படைப்புகளுக்கு காப்புரிமை பெற்று, பல விருதுகளை பெற்ற நான் பயின்றதும் கிராமத்தில் உள்ள ஒரு அரசு உதவி பெறும் பள்ளியில்தான். நாங்கள் சாதிக்கவில்லையா? வெற்றிக்கனியை பறிக்கவில்லையா? நண்பர்களே, எனதருமை மாணவர்களே, அதனால் தான் சொல்கிறேன், சாதிப்பதற்கு நகர்ப்புறமோ, கிராமப்புறமோ, அரசுப்பள்ளியோ அல்லது கான்வென்ட் பள்ளியோ என்ற வித்தியாசமெல்லாம் தெரியாது.

அரசுப்பள்ளி:

தட்டுப்பாடின்றி அறிவை வளர்க்க
கட்டுப்பாடின்றி கவலை மறக்க
தீயவையின்றி ஒழுக்கம் பிறக்க
தேவையன்றி பொன்பொருள் துறக்க
அரசுப்பள்ளியிலில்லா அறங்கள் வேறுள்ளதா...

என்ன நண்பர்களே! மாணவர்களே! தடைகளைத் தகர்த்தால் ஜெயிக்கலாம் அல்லவா? "பொருளாதாரம் ஒரு பொருட்டல்ல"- புரிந்ததா? "அழகு என்பது புறத்தில் அல்ல - அகத்தில்" உணர்ந்தீர்களா? "ஊனம் உடலுக்குத்தான் - சாதிக்கத்துடிக்கும் மனதிற்கு அல்ல" -தெரிந்ததா? "கற்பதற்கும் சாதிப்பதற்கும் வயது வரம்பில்லை" என அறிந்தீர்களா? "ஜாதி, மதம்,

ஆண், பெண் என்ற பேதமில்லை", "நகர்ப்புறம், கிராமப்புறம், அரசுப்பள்ளி, கான்வெண்ட் பள்ளி என்ற வித்தியாசமெல்லாம் இல்லை" என்பதும் புரிந்திருக்கும் என நம்புகிறேன். வெற்றி உங்களைத்தேடி வர ரெடி. சாதிக்க நீங்க ரெடியா? Are You Ready?

ஜெ ✻ ஜ

அத்தியாயம் 10

இதுவே வெற்றியின் இரகசியம்

இந்த பிரபஞ்சத்திலே, ஒவ்வொரு மனிதனுடைய வெற்றிக்கும் உறுதுணையாக உற்ற நண்பர்கள் பலர் இருக்கிறார்கள். தோல்விக்கு அடித்தளமாக நிறைய எதிரிகளும் இருக்கிறார்கள். நமக்கு எதிரிகள் என்று யாரும் கிடையாது. ஆம். நண்பர்களும் எதிரிகளும் உங்களுக்குள்ளேதான் இருக்கிறார்கள். நம்முடைய எதிரிகளையும், நண்பர்களையும் பற்றித் தெரிந்து கொள்வோமா?

நமது வெற்றிக்கு சிறந்த எதிரி யார் என்றால் அது நாமே தான். நான் நல்ல நண்பர்கள் என்று சொன்னது, உங்களுடைய நல்ல குணங்களை. அதாவது நம்பிக்கை, தன்னம்பிக்கை, பிறர்க்கு உதவும் குணம், நற்செயல்கள் இன்னும் எத்தனையோ. அதே போல் நம்மை எப்போதும் தோல்வியை நோக்கியே இழுத்துச்செல்லும் எதிரிகள் நம்முள் பலர் இருக்கிறார்கள். ஆனால், நெம்பர் 1 எதிரி, நெம்பர் 2 எதிரி, நெம்பர் 3 எதிரி என்று மிக

முக்கியமான மூன்று பேரை மட்டும் குறிப்பிட்டுச் சொல்லலாம். திரைப்படங்களில் வரும் உலகமகா வில்லன் நம்பியார், ரகுவரன், கலாபவன் மணி என்று எடுத்துக்கொள்ளலாம். அதுதான் சோம்பேறித்தனம், பயம் மற்றும் தயக்கம். அதே போல் நமது வெற்றிக்கு பெரிதும் பயனுள்ள நண்பர்கள் மூவர் என்றால் அதுவும் மிகையாகாது.

சோம்பலை முறித்திடு

வெற்றிக்கு முதல் எதிரி, அதாவது நெம்பர் 1 எதிரி என்றால் அது நம்முள் ஊறிப்போய் இருக்கும் **சோம்பேறித்தனம்** தான். எதைச்செய்தாலும் “நாளைக்குச் செய்யலாம். அப்புறம் செய்யலாம். அடுத்ததா பாத்துக்கலாம்” என்று தள்ளிப்போடுவதும் சோம்பேறித்தனம் தான். அதே போல் இரவு நிறைய நேரம் முழித்துவிட்டு, பகல் எல்லாம் தூங்கும் பழக்கமும் சோம்பேறித்தனம்தான். திரைப்படத்தில் வரும் பாடல் போல “நல்ல பொழுதையெல்லாம் தூங்கிக் கெடுத்தவர்கள், தானும் கெட்டார், இந்த நாட்டையும் கெடுத்தார்” என்பது போல சோம்பேறித்தனமாக தூங்குபவர்களுக்கு தோல்விதான் துணைவன்.

எந்த நேரம் பார்த்தாலும் செல்போனில் நமது பொன்னான நேரத்தை வாட்ஸ்-அப், ஃபேஸ் புக், டிவிட்டர் என்று வீணடிப்பார்கள். கேட்டால் என் பொழுதுபோக்கிற்காக செய்கிறேன் என்பார்கள். ஆனால் அது தங்கள் பொன்னான பொழுதையே போக்கிவிடும் என்பதை மறந்துவிடுகிறார்கள். நமக்குள் எத்தனையோ திறமைகள் இருந்தும், சோம்பேறித்தனம் என்ற ஒரு கருங்காலியால், வெற்றிக்கனி நமக்குக் கிடைக்காமலே போகிறது. சோம்பல்தான் தோல்விக்கு முதல்படி. எனவேதான் சொல்கிறேன் நண்பர்களே, சோம்பலை முறித்திடு. வெற்றிக்கனியைப் பறித்திடு.

பயத்தை ஓட்டிடு

வெற்றியின் அடுத்த எதிரி, அதாவது நெம்பர் 2 எதிரி "பயம்" தான். எதற்கெடுத்தாலும் பயம். ஒரு மாணவனைப் பார்த்து உனக்கு எதுவெல்லாம் பயம் என்று கேட்டேன். அதற்கு அவனோ தெனாலி திரைப்பட கணக்கில், "ஐயா, எனக்கு கணக்கென்றால் பயம் , அறிவியல் பாடம் என்றால் பயம். ஆங்கிலப்பாடம் என்றால் அலாதி பயம். வாத்தியார் என்றால் பயம். வீட்டுப்பாடம் என்றால் பயம். கேள்வி கேட்க பயம். பதில் சொல்ல பயம். தேர்வு என்றால் பயம். வினாத்தாள் என்றால் பயம். மார்க் என்றால் மஹா பயம். படிப்பென்றாலே பயம். எழுதுவதென்றால் அதைவிட பயம், பள்ளிக்கு வருவதென்றால் பயம். பயம் பயம் இப்படி எல்லாமே பயம்" என்றான் பாருங்கள். எனக்கு வந்தது "பயமோ பயம்".

சிலருக்கு ஆசிரியர் கேள்வி கேட்கும்போது அதனுடைய பதில் தெரிந்திருக்கும். ஆனால் பதில் தவறாக இருக்குமோ என்ற பயம். தவறி சொன்னால், சகமாணவர்கள் சிரிப்பார்களோ என்ற பயம். பதில்

தவறாக இருந்தால் ஆசிரியர் அடிப்பாரோ என்ற பயம். படித்தால் பாஸ் ஆகிவிடுமோ என்ற பயம். இதெல்லாம் மாணவர்களுக்கு வருகின்ற பயம். சிலர் மாடிப்படியில் ஏறும் பொழுதே தவறி விழுந்துவிடுமோ என்ற பயம். "புதிதாக ஒரு தொழில் தொடங்குகிறோம், தோற்றுவிடுமோ?" என்ற பயம். "போதிய வசதியில்லையே, வாழ்க்கையில் தோற்றுவிடுமோ?" என்ற பயம். இப்படி பயந்து பயந்தே வாழ்க்கையில் தோற்றுப்போகிறவர்கள் நிறையப்பேர்.

இரண்டாம் நிலை எதிரியான "பயம்" என்ற பாவியை, துச்சமென மதித்து, காலில் மிதித்து, எந்தவித பயமாக இருந்தாலும் அதைத் துரத்தி ஓட்டிவிட்டு வாழ்க்கையில் ஜெயிப்பவர்கள் சிலரே. அதனால் தான் சொல்கிறேன். "பயம்" - தோல்விக்கு இரண்டாம் படி. "மனப் பயத்தை ஓட்டுவீர். வாழ்க்கைப் பயணத்தை வெல்லுவீர்" என்ற தாரக மந்திரத்தை மனதில் பசுமரத்தாணியாய் பதிய வையுங்கள். வெற்றி நிச்சயம்.

தயக்கத்தைத் தகர்த்திடு

வெற்றியின் அடுத்த எதிரி, அதாவது நெம்பர் 3 எதிரி "**தயக்கம்**" தான். எதுக்கெடுத்தாலும் தயங்குவது. இந்த தயக்கத்திற்கு மூலகாரணமே இரண்டாம் எதிரியான "பயம்" தான். நம்பிக்கை கொள்ளாமை,

தன்னம்பிக்கை இல்லாமை: இந்த இரண்டும் தயக்கத்தின் ஆணிவேர். தோல்விக்கு அச்சாணி. சிலபேர் "நமக்கு ஏன்?" என்று தயக்கத்துடனே இருப்பார்கள். அப்படி இருப்பவர்களுக்கு வெற்றியின் வாசம் கூட கிடைக்காது. பக்கத்தில் இருக்கும் வெற்றிகூட வீட்டைக் காலி செய்துவிட்டு காததூரம் ஓடிவிடும். எனவே தான் சொல்கிறேன் நண்பர்களே! "தயக்கம்" - உங்கள் மூன்றாம் எதிரி. தோல்வி எனும் பயணத்திற்கு மூன்றாம் படி. "தயக்கத்தைத் தகர்த்திடு - வெற்றி மயக்கத்தை வென்றிடு".

எதிலும் நம்பிக்கை வை

எப்படி நமக்குள் இருக்கும் தீய குணங்களே நம் எதிரிகள் என்று சொல்வது போல, நமக்குள் இருக்கும் நல்ல குணங்களே, நமது உற்ற நண்பர்கள். நமக்குள் நிறைய நல்ல நண்பர்களும் இருக்கிறார்கள். அந்த வகையிலே, என் வாழ்வில் முதன்மை இடம் பிடித்தவர் என்றால் அது "நம்பிக்கை" தான். முதலில் எதிலும் ஒரு நம்பிக்கை வேண்டும். அவ நம்பிக்கை இருந்தால் எந்த ஒரு செயலிலும் வெற்றி காண முடியாது. அந்த வெற்றியின் அடித்தளமாக விளங்குவதே நம் நம்பிக்கை என்ற ஒன்று தான்.

முதலில் தாயை சேய் நம்ப வேண்டும். சேயை தாய் நம்ப வேண்டும். பெற்ற பிள்ளைகளை

பெற்றோர்கள் நம்ப வேண்டும். பெற்றோர்களைப் பிள்ளைகள் நம்ப வேண்டும். என் பிள்ளை நல்லவனாகத்தான் வருவான். நன்றாகப் படிப்பான், வாழ்வில் எதிலும் ஜெயித்து வெற்றிவாகை சூடுவான் என்று பெற்றோர்கள் நம்ப வேண்டும். பிள்ளையானவர்கள், தன் பெற்றோர்கள் எப்போதும் நம் நன்மைக்குத்தான் சொல்வார்கள், செய்வார்கள் என்று நம்ப வேண்டும். கணவன் மனைவியை நம்ப வேண்டும். மனைவியை கணவன் நம்ப வேண்டும். உடன்பிறப்புக்களை உடன்பிறந்தோர் நம்ப வேண்டும். ஆசிரியர்கள் மாணவர்களை நம்ப வேண்டும். என் மாணவன், எப்போதும் கண்ணியமானவனாகத்தான் இருப்பான். படித்து, நற்பண்புகளையும் கற்று தன் பேரைக் காப்பாற்றும் மாணவனாகத்தான் வருவான் என்று நம்ப வேண்டும். மாணவர்கள் ஆசிரியர்களை நம்ப வேண்டும். ஆசிரியர்கள் நம் நன்மைக்குத்தான் எல்லாம் சொல்கிறார்கள் என்று நம்ப வேண்டும். நல்ல நண்பர்களை நம்ப வேண்டும். நம்பிக்கை தான் வாழ்க்கை. வாழ்க்கை தான் நம்பிக்கை. அதனால் சொல்கிறேன் நண்பர்களே, "வெற்றிக்கு முதல்படி: நம்பிக்கை. நல்லது எதிலும் நம்பிக்கை வையுங்கள் - வாழ்க்கையில் வெற்றி காணுங்கள்".

தன்னையே நம்பிடு - தன்னம்பிக்கை

ஒரு மனிதனின் வெற்றிக்கு நம்பிக்கை எந்த அளவிற்கு ஆதாரமோ, அதைவிட **"தன்னம்பிக்கை"** மிகமிக முக்கியம். நம்பிக்கை என்பது ஒரு யானையின் பலத்திற்குச் சமமானால், தன்னம்பிக்கை பத்து யானையின் பலத்திற்குச் சமமாகும். தன்னைத்தானே நம்புவதுதான் தன்னம்பிக்கை. தன்னம்பிக்கை என்றால் தன் நிலை உணர்தல் என்றும் பொருள்.

என்னால் முடியும் என்று நினை. அது கண்டிப்பாக நடக்கும். எது கேட்டாலும் தெரியாது என்று சொல்வதைவிட உங்களுக்குத் தெரிந்ததைக் கூறுங்கள். வெளிப்படுத்துங்கள். தமிழ் அகராதியில் இருந்து நீக்கப்பட வேண்டிய இரண்டு சொற்கள்: முடியாது, தெரியாது. வெற்றி எனும் சிகரத்தை அடைய இரண்டாம் படி: தன்னம்பிக்கை. எப்பொழுதுமே தன்னம்பிக்கை உள்ளவராக இருங்கள். வெற்றி உங்கள் பக்கம் தான் இருக்கும்.

முயற்சிகளைத் தொடுத்திடு

வெற்றியின் ஆதாரமாக விளங்கும் விழுதுகள் பலவாயினும், என்னுடைய வாழ்வில் மூன்றாம் படியாக விளங்குவது "முயற்சி". "முயற்சி உடையார் இகழ்ச்சி அடையார்" என்ற வள்ளுவரின் குறளுக்கு ஏற்ப, ஒருவன் எந்த அளவிற்கு முயற்சி செய்கிறான் என்பது தான் அவனுடைய வெற்றியின் சதவிகிதத்தை நிர்ணயிக்கிறது. சிலபேர் "நான் முயற்சி செய்து பார்த்தேன். ஆனால் தோற்றுவிட்டேன்." என்று புலம்புவார்கள். ஆங்கிலத்தில் "*I Tried; But I FAILED*" என்பாரகள். அப்துல் கலாம் அய்யா அவர்கள் "*FAIL*" என்பதற்கு ஒரு அருமையான் விளக்கம் கொடுத்திருப்பார்கள். அதாவது "*FAIL - First Attempt In Learning*". முயற்சி தான் வெற்றியின் முதல்படி. முயற்சி வெறும் முயற்சியாக இருக்கக்கூடாது. அதுவே தொடர் முயற்சியாக இருக்க வேண்டும். தொடர்முயற்சி மட்டும் இருந்தால் போதாது, அதுவே விடா முயற்சியாக இருக்க வேண்டும்.

அதாவது வெற்றி எனும் இலக்கை அடையும் வரை முயற்சிகளைத் தொடர வேண்டும். "வெற்றியின் மூன்றாம் படி: முயற்சி, தொடர் முயற்சி, விடா முயற்சி" என்பதை மனதில் ஆழ பதியவைத்து, வெற்றிக்கான முயற்சிகளைத் தொடர்வோமா?

தடைகளைத் தகர்த்திடு

வெற்றிப் படிகளைக் கடக்க, தடைகளைத் தகர்க்க வேண்டும். ஆம் வெற்றியின் நாலாம் படி "தடைகளைத் தகர்த்திடு". அத்தியாயம்-9 ல் நாம் கூறியது போல, தடைகளை தகர்த்தால் ஜெயிக்கலாம் - "பொருளாதாரம் ஒரு பொருட்டல்ல. அழகு என்பது புறத்தில் அல்ல - அகத்தில். ஊனம் உடலுக்குத்தான். சாதிக்கத் துடிக்கும் மனதுக்கு அல்ல. கற்பதற்கும் சாதிப்பதற்கும் வயது வரம்பில்லை. ஜாதி, மதம், ஆண், பெண் என்ற பேதமில்லை. நகர்ப்புறம், கிராமப்புறம், அரசுப்பள்ளி, கான்வெண்ட் பள்ளி என்ற வித்தியாசமெல்லாம் இல்லை" என்பதும் புரிந்திருக்கும். வெற்றி உங்களைத்தேடி வர ரெடி. சாதிக்க நீங்கள் ரெடியா?

இதுவே வெற்றியின் இரகசியம்

ஒவ்வொரு மனிதனின் எதிரியும் அவனுக்குள் இருக்கும் தீயசெயல்கள் மாதிரி. என்னுடைய வாழ்க்கையில் என் முதல் மூன்று எதிரியாக நான் கருதியது "சோம்பல், பயம், மற்றும் தயக்கம்". இதுபோல இன்னும் எத்தனையோ எதிரிகளை, அதாவது தீயகுணங்களை, வேண்டாத களைகளை, நம்முள் மறைத்து வைத்திருக்கிறோம்.

உதாரணத்திற்கு, பொறாமை, கோபம், பேராசை, அகங்காரம், என அடுக்கிக்கொண்டே போகலாம். அந்தக் களைகளை, நம் எதிரிகளைக் கண்டறிந்து

நம்பிக்கை என்னும் வாளால், தன்னம்பிக்கை என்னும் உளியால், முயற்சி என்னும் பயிற்சியால் வெட்டி எறிந்து, களைந்து, எதிர்வரும் தடைகளைத் தகர்த்தெறிந்து வெற்றி என்னும் சிகரத்தை நோக்கி நடைபோடுவோம். நிச்சயம் வெற்றி என்னும் மாலை நமக்குத்தான். "*Kill Your Enemies with Success and bury them with a Smile... Never Fails*" என்பது சையது அப்தெல்னௌளர் என்ற அறிஞரின் வாக்கு. அதாவது "**உங்கள் எதிரிகளான தீயகுணங்களை வெற்றி என்னும் ஆயுதத்தால் கொன்று, ஒரு புன்னகையால் புதைத்துவிடுங்கள். தோல்வி என்பதே உங்களுக்குக் கிடையாது**" என்பது தான் அதன் உள் அர்த்தம்.

"**மாபெரும் சபைதனில் நீ நடந்தால் உனக்கு மாலைகள் விழ வேண்டும். ஒரு மாற்றுக்குறையாத மன்னவன் நீயென போற்றிப் புகழ வேண்டும்**" என்ற கவிஞர் கண்ணதாசனின் பாடல் வரிகளுக்கு ஏற்ப, உன்னை என்றும் மாற்றுக்குறையாத தங்கம் போல் உயர்த்திக்கொள்ள வேண்டும். வாழ்வில் வெற்றி பெற்று எப்பேர்ப்பட்ட சபையாக இருந்தாலும் வெற்றி எனும் மாலைகள் உனை வந்து சேர வேண்டும் என்பதை உணர்த்தும் கவிஞர் கண்ணதாசனின் பாடல் வரிகளை உங்களுக்காக இங்கே பதிவு செய்கிறேன்.

உன்னை அறிந்தால் – நீ உன்னை அறிந்தால்
உலகத்தில் போராடலாம்...
உயர்ந்தாலும் தாழ்ந்தாலும் தலை
வணங்காமல் நீ வாழலாம்...
மானம் பெரிதென்று வாழும் மனிதர்களை
மான் என்று சொல்வதில்லையா...
தன்னைத் தானும் அறிந்து கொண்டு ஊருக்கும் சொல்பவர்கள்
தலைவர்கள் ஆவதில்லையா...
பூமியில் நேராக வாழ்பவர் எல்லோரும்

சாமிக்கு நிகர் இல்லையா...
பிறர் தேவை அறிந்து கொண்டு வாரிக் கொடுப்பவர்கள்
தெய்வத்தின் பிள்ளை இல்லையா...
மாபெரும் சபையினில் நீ நடந்தால்
உனக்கு மாலைகள் விழவேண்டும்...
ஒரு மாற்றுக் குறையாத மன்னவன் இவனென்று
போற்றிப் புகழ வேண்டும்...
உன்னை அறிந்தால் - நீ உன்னை அறிந்தால்
உலகத்தில் போராடலாம்...
உயர்ந்தாலும் தாழ்ந்தாலும் தலை
வணங்காமல் நீ வாழலாம்...

- *கவிஞர் கண்ணதாசன்*

எனவேதான் சொல்கிறேன் நண்பர்களே! சோம்பலை முறித்திடு. பயத்தை ஓட்டிடு. தயக்கத்தைத் தகர்த்திடு. நல்லதை நம்பிடு. தன்னம்பிக்கை கொண்டிடு. முயற்சிகளைத் தொடுத்திடு. தடைகளைத் தகர்த்திடு. வெற்றிக்கனியைப் பறித்திடு. அதுவே வெற்றிக்கு வழிகாட்டும். இதுதான் வெற்றியின் இரகசியம்.

முடிவுரை

எனதருமை நண்பர்களே! அன்பார்ந்த கண்ணியமான மாணவர்களே, இதுவரை நாம் படித்த பத்து அத்தியாயங்களையும் ஒரு RECAP போல தொகுத்து உற்றுநோக்கலாமா? வாருங்கள்.

முதல் அத்தியாயத்தில், "தாய்மொழியின் சிறப்பு" என்ற தலைப்பில், தாய்மொழியின் சிறப்பு மட்டுமின்றி தாய் மொழியில் படித்தவர்கள் தான் சாதிக்கிறார்கள் என்பதற்கு எடுத்துக்காட்டுகளுடன் கண்டோம். தமிழில் ஒவ்வொரு எண்ணுக்கும் உள்ள தனிச்சிறப்பை, முத்தான மூன்று, ஐந்தின் சிறப்பு என்ற தலைப்புகளிலும் பார்த்து படித்து மகிழ்ந்தோம் அல்லவா.

இரண்டாவது அத்தியாயத்தில் "கனவு காணுங்கள்" என்ற தலைப்பில், கனவு காண கற்றுக்கொள்ளுங்கள், கனவு அதுவே இலட்சிய கனவு, எழுமின்! விழுமின் குறி சாரும் வரை நில்லாது செல்மின் எனவும், ஒன்றைப்பிடி! அதையும் நன்றாய் பிடி! என்ற விவேகானந்தரின் பொன்மொழிகளையும் கண்டோம். வெற்றியின் சூட்சுமம் "விமோசா", என்று தலைப்பில் "சமோசா இருந்தா பார்ட்டி நல்லா இருக்கும். விமோசா இருந்தால் வாழ்க்கை நல்லா இருக்கும்" - என்று பொன்மொழி என்ற பெயரில் புதுமொழி சொல்லி, விமோசா என்பதற்கு "V.M.O.S.A", அதாவது "Vision, Mission, Objectives, Strategies and Action Plan" என்பதையும் படித்தறிந்தோம்.

மூன்றாவது அத்தியாயத்தில், "ஐந்தும் இருந்தால் வெல்லலாம்" என்ற தலைப்பில் சொந்தக்கதை சோகக்கதை என்று தொடங்கி, என் வாழ்வின் திருப்புமுனையாக அமைந்த கதையையும் சொல்லி, "இப்படித்தான் ஜெயித்தேன் - வெற்றியின் இரகசியம் (Secret of Success)" என்ற தலைப்பில் இந்தப் புத்தகம் உருவான கதைபற்றியும் படித்தோம். ஒவ்வொரு தனிமனிதனின் வெற்றிக்கும் பல காரணங்கள் இருக்கலாம். என்னுடைய இந்தச் சிறிய வெற்றிக்கு நான் காரணம் என்று எண்ணுவது "இந்த ஐந்தும் இருந்தால் வெல்லலாம்". என்ன அந்த ஐந்து விஷயங்கள்?. அதாவது ஐந்து "P" இருந்தால் வெல்லலாம், நான்கு "C" இருந்தால் வெல்லலாம், மூன்று "I" இருந்தால் வெல்லலாம், இரண்டு "கை" இருந்தால் வெல்லலாம், ஒரு "மை" இருந்தால் வெல்லலாம் என அத்தியாயம் நிறைவு பெற்றது.

அத்தியாயம் 4-ல், ஐந்து "P" இருந்தால் வெல்லலாம், அதாவது People (நல்ல சேர்க்கை), Plan (திட்டமிடுதல்), Prepare (தயார்படுத்துதல்),

Perform (செயல்படுத்துதல்) மற்றும் Priorites (முன்னுரிமை). ஒவ்வொரு 'P' பற்றியும் விளக்கமாக கதைகளுடனும் கற்றறிந்தோம் அல்லவா. People (நல்ல சேர்க்கை) என்ற தலைப்பில் நண்பன்னா யாரு?, நண்பேண்டா, நட்புன்னா சும்மாவா, கூடா நட்பு, தோள் கொடுப்பான் தோழன், ஆருயிர் நண்பன் என்ற குறுந்தலைப்புகளை, திருக்குறளையும், நடைமுறையில் நடந்த கதைகளையும், திரைப்படப் பாடல்வரிகளையும் வைத்து விளக்கி இருந்தோம் அல்லவா.

சொன்னதெல்லாம் வெறும் கதையல்ல. நிஜம். உண்மை முதலில் கசந்தாலும், பின்னர் அமுது போன்று இனிக்கவே செய்யும். ஐந்து "P"-யில் முதல் "P" அதாவது People - நல்ல சேர்க்கை, ஒவ்வொருவர் வெற்றிக்கும் அடித்தளம் என்பதை உணர்ந்தோம் அல்லவா? வெற்றிக்கு மூலதனமாக விளங்கும் Plan (திட்டமிடுதல்), Prepare (தயார்படுத்துதல்), Perform (செயல்படுத்துதல்) மற்றும் Priorites (முன்னுரிமை) பற்றியும் நன்கு அறிந்தோம்.

அத்தியாயம் 5-ல், நான்கு "C" இருந்தால் வெல்லலாம், அதாவது Clarity - தெளிவு, Creativity - படைப்பாற்றல், Commitment - அர்ப்பணிப்பு, Consistency - தக்கவைத்துக் கொள்ளும் நிலைத்தன்மை என தெள்ளத்தெளிவாக அறிந்து கொண்டோம் அல்லவா.

ஆறாவது அத்தியாயத்தில் **மூன்று "I"** இருந்தால் வெல்லலாம் என்ற தலைப்பில் வெற்றியின் இரகசியம் பற்றி அறிந்தோம். Interest - ஆர்வம், Involvement - ஈடுபாடு, Implement - செயல்பாடு என்பதையும் படித்தறிந்தோம்.

ஏழாவது அத்தியாயத்தில், **இரண்டு "கை" இருந்தால் வெல்லலாம்** என்ற தலைப்பில், நம்பிக்கை மற்றும் தன்னம்பிக்கை பற்றியும் படித்தோம் அல்லவா.

அத்தியாயம் 8 - ல் **ஒரு "மை" இருந்தால் வெல்லலாம்** என்ற தலைப்பில் வெற்றியின் இரகசியத்தை உணர்ந்தோம். நான் மட்டும் அல்ல, சாதித்தோர் எத்தனையோ சாதனையாளர்கள் சொல்வது, வெற்றி பெற மிகவும் உறுதுணையாக இருந்தது, இருப்பது என்றால், அது "ஒற்றுமை" என்றுதான் சொல்லுவார்கள். நம்மை அடிமைப்படுத்தி, ஆண்டு வந்த ஆங்கிலேயனை ஓடஓட விரட்டியது நம்மிடையே இருந்த "இந்தியன்" என்ற ஒரு "ஒற்றுமை" உணர்வே என்றும், தமிழகத்தின் பாரம்பரிய விளையாட்டான "ஜல்லிக்கட்டு" என்ற வீரவிளையாட்டுக்கு மத்திய அரசு தடைவிதித்தபோது, அதை மீட்டெடுக்க பொங்கி எழுந்தது நம் தமிழக மாணவர்களின் "ஒற்றுமை" என்றால் அதற்கு மாற்றுக்கருத்து ஏதும் இல்லை என்றும், நாட்டுப்பண் அதாவது நம் நாட்டின் தேசிய கீதத்தை இயற்றி, நோபல் பரிசும் பெற்ற இரவீந்திரநாத் தாகூர் அவர்கள், ஒற்றுமை பற்றி அவர் கூறிய பொன்மொழிகளையும் கண்டோம்.

"நான், நீ என்று சொல்லும் போது உதடுகள் ஒட்டாது. நாம் என்று சொல்லும் போதுதான் உதடுகள் ஒட்டும்" என்ற முத்தமிழ் அறிஞர் மு. கருணாநிதியின் பொன்மொழிகளையும் கண்டறிந்தோம். அப்படி என்றால் ஒற்றுமையாக இருந்து நாம் செயல்பட்டால் வெற்றி நிச்சயம் நமக்குத்தான் என்பதையும் நன்கு அறிந்தோம்.

ஒன்பதாவது அத்தியாத்தில் **"தடைகளைத் தகர்த்தால் ஜெயிக்கலாம்"** என்ற தலைப்பில் பொருளாதாரம் ஒரு பொருட்டல்ல, அழகு என்பது

புறத்தில் அல்ல - அகத்தில், ஊனம் உடலுக்குத்தான் - சாதிக்கத்துடிக்கும் மனதிற்கு அல்ல, கற்பதற்கும் சாதிப்பதற்கும் வயது வரம்பில்லை, ஜாதி, மதம், ஆண், பெண் என்ற பேதமில்லை, நகர்ப்புறம், கிராமப்புறம், அரசுப்பள்ளி, கான்வென்ட் பள்ளி என்ற வித்தியாசம் இல்லை என்ற பல்வேறு தலைப்புகளில் கற்றறிந்தோம்.

பொருளாதாரம் உங்கள் வெற்றிக்கு ஒரு தடையா? இல்லவே இல்லை என்பதற்கு உதாரணமாக அப்துல் கலாம் அய்யா, பாரதப்பிரதமர் நரேந்திர மோடி அய்யா, அமெரிக்க முன்னாள் அதிபர் ஆபிரஹாம் லிங்கன் அய்யா, "அருண் ஐஸ்கிரீம்" உரிமையாளர் ஆர். ஜி. சந்திரமோகன் அய்யா, அவர்கள் பள்ளிப்பருவம் பற்றியும், அவர்களுடைய சாதனைகள் பற்றியும் கற்று உணர்ந்தோம். சாதனை புரிந்த அனைவரின் வாழ்க்கையிலும் நிறையவே பொருளாதாரப் பிரச்சனைகள் இருந்தன. ஆனால் அவர்களது வெற்றிக்கு பொருளாதாரம் ஒரு தடைக்கல்லாக இல்லாமல், ஏற்றிவிடும் வெற்றிப்படிக்கட்டாகவே இருந்தது என்பதையும் பார்த்தோம். ஒரு நேர சாப்பாட்டிற்கே வசதி இல்லாத குடும்பத்தில் ஐந்து சகோதர, சகோதர்களுடன் பிறந்து, படிப்பதற்கும், உணவு உண்பதற்கும், நல்ல உடைகள் உடுத்துவதற்கும் வசதி இல்லாமல் கஷ்டப்பட்டவன் நான் இன்று சாதிக்கவில்லையா? என்று என் வாழ்க்கைக் கதையையும் படித்தறிந்தோம். பொருளாதாரத்தை ஒரு பொருட்டாக எடுத்துக் கொள்ளாமல், 'நம்மால் முடியும். நாம் அழப்பிறந்தவர்கள் அல்ல. ஆளப்பிறந்தவர்கள். சாதிக்கப்பிறந்தவர்கள்' என்று தன்னம்பிக்கையுடன் இருந்தால் வெற்றி நமதே என்பதையும் உணர்ந்தோம் அல்லவா.

சாதிப்பதற்கு நிறமோ, அழகோ பொறுப்பல்ல. உங்களின் நல்ல நேர்முகச் சிந்தனையும், பிறர்க்கு உதவும் மனப்பாங்கும் தான் உங்களது வெற்றியை நிர்ணயிக்கும் என்பதையும் உணர்ந்தோம்.

எந்த வயதாக இருந்தாலும். படிக்கலாம். எந்த வயதாக இருந்தாலும் சாதிக்க முடியும் என்பதற்கு நிறைய மாமனிதர்களைப் பற்றியும் தெரிந்து கொண்டோம். உதாரணமாக, புற்று நோயைக் குணப்படுத்தும் குணமகள் தென் இந்தியாவின் அன்னை தெரேசா மருத்துவர் வி. சாந்தா, அறம் வளர்த்த அம்மா டாக்டர் கௌசல்யா அம்மா, 104-வயதிலும் மராத்தான் ஓட்டப்பந்தய வீரராக விளங்கும் ஃபௌஜா சிங், 98-வயதில் முதுகலைப் பட்டம் வென்ற பாட்டி நோலா ஓச்ஸ், 69-வயதில் நோபல் பரிசு பெற்ற அன்னை தெரசா, 125-வயதில் பத்மஸ்ரீ விருது பெற்ற சுவாமி சிவானந்தா. இவர்களைப் பற்றி தெரிந்து கொள்ளும் போதே, படிப்பதற்கும் சாதிப்பதற்கும் வயது ஒரு பொருட்டே அல்ல என்பதையும் உணர்ந்தோம் அல்லவா!

சாதிப்பதற்கு, சாதி மதம் என்ற பேதம் எல்லாம் கிடையாது. "இவன் மேல்ஜாதியைச் சேர்ந்தவன். இவன் இந்த மதத்தை சார்ந்தவன்" என்றெல்லாம் வெற்றிக்குப் பார்க்கத்தெரியாது என்பதையும் உணர்ந்தோம்.

படிப்பது நகர்ப்புறமாக இருந்தாலும் சரி, கிராமப்புறமாக இருந்தாலும் சரி, அரசுப்பள்ளியாக இருந்தாலும் சரி, கான்வெண்ட் பள்ளியாக இருந்தாலும் சரி. சரக்கு இருந்தால் தான் வெற்றி. அறிவு கிடைத்தால் தான் வெற்றி. மக்கள் ஜனாதிபதி, ஏவுகணை நாயகன் அப்துல் கலாம் அய்யா அவர்கள் படித்ததும் கிராமத்தில் உள்ள ஒரு அரசுப்பள்ளியில் தான். நோபல் பரிசினை வென்ற சர்.சி.வி இராமன் பயின்றது கிராமப்புறத்தில்

உள்ள ஒரு அரசுப்பள்ளியில் தான். 14-அறிவியல் படைப்புகளுக்கு காப்புரிமை பெற்று, பல விருதுகளைப் பெற்ற நான் பயின்றதும் கிராமத்தில் உள்ள ஒரு அரசுப்பள்ளியில் தான். நாங்கள் சாதிக்கவில்லையா? வெற்றிக்கனியைப் பறிக்கவில்லையா? அதனால் வெற்றிக்கு, நகர்ப்புறமோ, கிராமப்புறமோ, அரசுப்பள்ளியோ அல்லது கான்வெண்ட் பள்ளியோ என்ற வித்தியாசமெல்லாம் தெரியாது என்பதையும் நன்றாகக் கற்றுணர்ந்தோம்.

பத்தாவது அத்தியாயத்தில் "**இதுவே வெற்றியின் இரகசியம்**" என்ற தலைப்பில் நம்முடைய எதிரிகள் யார்? நண்பர்கள் யார்? என அறிந்து கொண்டோம். முதல் மூன்று எதிரிகளையும், நல்ல நான்கு நண்பர்களையும் பற்றித் தெரிந்து கொண்டோம். சோம்பலை முறித்திடு. பயத்தை ஓட்டிடு. தயக்கத்தைத் தகர்த்திடு. நல்லதை நம்பிடு. தன்னம்பிக்கை கொண்டிடு. முயற்சிகளைத் தொடுத்திடு. தடைகளைத் தகர்த்திடு. வெற்றிக்கனியைப் பறித்திடு. அதுவே வெற்றிக்கு வழிகாட்டும். இதுதான் வெற்றியின் இரகசியம்.

வாசிப்பு மனிதனின் சுவாசிப்பு. புத்தகம் வாசிப்பது ஒரு கலை மட்டும் அல்ல. அது காயம்பட்ட புண்ணுக்கு மருந்திடுவது போல. நல்ல புத்தகங்களை வாங்கிப் படியுங்கள். வாழ்க்கையில் வெற்றி பெறுங்கள். புத்தகம் நமக்குக் கிடைத்த ஒரு வரம். அதைச் சரிவரப் பயன்படுத்தவில்லை என்றால், வரம் கிடைத்தும் பயனில்லை. மீண்டும் ஒரு நல்ல தலைப்பில் உங்களைச் சந்திக்கும் வரையில் உங்களிடம் இருந்து பிரியாவிடை பெறும் உங்கள் நண்பன், மக்கள் விஞ்ஞானி, குசி. அய்யப்பன்.

வாழ்க தமிழ். வெல்க எழுத்துலகப் பணி.

☙ ✻ ❧

www.ingramcontent.com/pod-product-compliance
Lightning Source LLC
LaVergne TN
LVHW041812060526
838201LV00046B/1232
9789395776110